அஷ்டாவக்ர கீதை - முதல் பாகம்

ஸ்லோகங்களின் தமிழாக்கம்

பொன். எழிலரசன்

"ஆன்மாவின் போதம் அருள் ஆசானாம் சங்கரன் அவ்
வான்மாவுக்கு அந்நியன் ஆவனோ — ஆன்மாவாய்
என்னகத்தே இருந்தின்று தமிழ் சொல்வானும்
அன்னவன் அன்றி மற்று யார்."

ஆதி சங்கரரின் "ஆத்ம போத"த்தை ரமண மகரிஷி தமிழில் மொழிபெயர்த்து "ஆன்ம போதம்" என்று வெண்பா வடிவில் எழுத நேர்ந்தபோது, மேற்கண்ட வெண்பாவை மங்கலச் செய்யுளாகத் தொடுத்துக் கொடுக்கிறார். அஷ்டாவக்ர கீதை என்ற இந்த நூலின் துவக்கத்தில் மங்கலச் செய்யுளுக்கு இந்த வெண்பாவைவிட வேற என்ன வேண்டும் எனக்கு. இந்த வெண்பாவை ஒவ்வொரு முறை படிக்கும் போதும், ஆன்மீகத்தில், உள்நோக்கிய என் பயணம் முன்நோக்குகிறது.

ஆதி சங்கரன், ஆச்சார்யன் சங்கரன், அருணாசல சங்கரன், எனது குருவாம் என் தந்தை சங்கரன் அவர்களின் பொற்பாதங்களை அடிபணிந்து, அடியேன் முயலுகிறேன் என்னை அறிய, உங்கள் ஆசியுடன்.

பொருளடக்கம்

இறை வணக்கம்

தி³க்காலாத்³யனவச்சி²ன்னானந்தசின்மாத்ரமூர்தயே |
ஸ்வானுபூ⁴த்யேகமானாய நம: ஸா²ந்தாய தேஜஸே |

இடம் (வெளி, தேசம்), காலம் (பொருள், பொருளின் குணங்கள்) முதலியவற்றால் வரையறுக்கப்படாத, எல்லை-யற்ற (பேரின்பமாக), தூய அறிவு மட்டுமே வடிவாகிய, தன் அனுபவம் ஒன்றினாலே மட்டும் அறிந்துகொள்ளப்படுபவ-ராக (தூய இருப்பாக) இருப்பவருக்கு (என் இருப்பாலயே என்னால் உணரப்படுபவருக்கு), உடல், மன கூட்டமைப்புக்கு வேறான பேரொளியாக இருப்பவருக்கு, மனதின் அமைதி-யையும், அமைதியின்மையையும் அறிகின்ற பேரமைதி வடி-வானவரின் தாழ் பணிந்து வணங்குகிறேன்.

முன்னுரை

அஷ்டாவக்ர கீதையின் ஸ்லோகங்களுக்கு விளக்கவு-ரைகள், புத்தக வடிவில் குறைவு. சமூக வலைத் தடங்களில் பல பெரியோர்கள் தங்களது விளக்கங்களை ஒளி அல்லது ஒலிப் பதிவுகளாக வெளியிட்டுள்ளனர்.

1. அடியேனின் இந்த ஏட்டறிவு, கீழ்காணும் நூல்கள், ஒளிப்பதிவுகள் ஆகியவற்றிலிருந்து.
2. பகவத் கீதை - தத்துவ விவேசினீ - கீதா பிரஸ்ஸின் விரிவுரை
3. திருக்குறள்.
4. திருமந்திரம்.
5. தாயுமானவர் பாடல்கள்
6. சுவாமி சின்மயானந்தரின் அஷ்டாவக்ர கீதை விளக்கவுரை நூல்,
7. சுவாமி பரமார்த்தானந்தரின் அஷ்டாவக்ர கீதை விளக்கவுரைகளை தொகுத்து வெளியிடப்பட்ட எழுத்துப் பதிவுகள்,
8. பகவான் ரமணரின் தமிழாக்கம்,
9. குருநாதர் சுவாமி ஓம்காரானந்தரின் வேதாந்த சொற்பொழிவுகள்,
10. பகவான் ரமணரின் உள்ளது நாற்பது

ஒரு புதிய பாடத்தையோ, அறிக்கையையோ, பதிவி-னையோ நான் படிக்கத் துவங்கினால், குறிப்புகள் எடுத்துக்-கொள்வது எனது பழக்கம். அப்படி எடுத்துக்கொண்ட குறிப்-புகளின் தொகுப்பே இந்த புத்தகம்.

முதல் பாகம் ஸ்லோகங்களின் தமிழாக்க முயற்சி. இரண்டாவது பாகம் விளக்கவுரைகளின் தொகுப்பு.

இந்தப் புத்தகம், உலகுக்கு என் அறிவை வெளிப்படுத்-தும் நோக்கமாகக் கொண்டிருக்கவில்லை.

> "ஆக்கையெனும் இடிகரையை மெய்யென்ற பாவி நான்,
>   அத்வைத வாஞ்சையதால், அரிய கொம்பில் தேனை
> இச்சித்தபடி ஆகும்"

என்ற தாயுமானவரின் சொல்லே எனது நிலை.

ஞான யோகத்தில், அரிய முதல்நிலை மாணவனாம் ஜனகருக்கு உரையாடல் வழி உபதேசிக்கப்பட்டதை, அறிவி-லியாகிய நான், புத்தக வடிவில் வெளியிடுவது என்பது, என் அகங்காரத்தை அல்ல, மடமையைக் குறிக்கிறது என்றே கூறலாம்.

இந்த புத்தகம் நிச்சயமாக வேதாந்தத்தின் முன்நிலை மாணவர்களுக்கோ அல்லது கற்றறிந்த பெரியோருக்கோ அல்ல. அறியாமையையெனும் இருண்ட ஆழ்வனத்தில், மருண்டு அலையும் என்போன்ற சிறியோருக்கு, மின்மினிப்-புச்சியின் ஒளியென உதவும் முயற்சியே இந்த புத்தகம்.

சொற்குற்றம், பொருட்குற்றம் கண்டிரெனில், மழலை கூறும் குழவியின் தடுமாற்றம் என்று கருதி, அவைகளை சுட்டிக்காட்டிடுவீர். அறிந்துணர முயன்றிடுவேன்.

இந்த புத்தகங்களின் விற்பனையில் வரும் ஈட்டு அனைத்தும் என்னுடையது அல்ல. அது இறை பணிக்கே என்பது எனது உறுதிமொழி.

இறையருள் பெருக! வளமுடன் வாழ்க!

நன்றி

எனது நெருங்கிய நண்பர் ஒருவருக்கு எனது மனமார்ந்த நன்றியை துவக்கத்திலேயே பதிவு செய்ய வேண்டும்; அவரது தூண்டுதலே, நான் இந்த பெரிய புனிதமான படைப்பினை அறிய முதல்வதற்கும், என் குறுகிய அறிதலை உங்களுடன் பகிர்ந்து கொள்வதற்கும் மூல காரணம்.

அனைத்து அண்டங்களின் ஆழ்மௌன குருவான தட்சிணாமூர்த்தி ஆண்டவனே எனது நண்பரின் வடிவில் வந்து, என்னை இயக்கி நடத்துகிறார் என்கிறது என் உள்ளம். எனது நண்பரின் பெயரும் அதற்கேற்றபடியே அமைந்துள்எது. என் நண்பர் திரு.காசிநாத் அவர்கட்டு எனது பணிவான வணக்கமும் நன்றியும்.

முகவுரை

நமது ஸனாதன தர்மமெனும் வாழ்வியல், பல ஆயி-ரக்கணக்கான ஆண்டுகளுக்கு முன்பே, உயர் ஆன்மீக உணர்வு நிலையுடன் வாழ்ந்தனுபவித்து மெய்ப்பொருளறிவு பெற்ற நம் முன்னோர்களின் வாழ்க்கை நடைமுறைகளையும் அனுபவங்களையும் ஒலி வடிவிலும் (ஸ்ருதி எனும் வேதங்-கள் - நான்கு மறைகள்) நூல் வடிவிலும் (ஸ்ம்ருதி எனும் உபநிடதங்கள், பகவத் கீதை, புராணங்கள், இதிகாசங்கள்) வெளிக்கொணர்ந்தது. இவற்றின் விளக்கங்ளை நமது ரிஷி-கள், முனிவர்கள், ஞானிகள் தமது சீடர்களுக்கு இரண்டு வகையாக வழங்கினர்

1. ''போதா'' எனும் அறிவுரைகளாக
2. ''கீதா'' எனும் உரையாடல்களாக

அறிவுரைகளை (''போதா'') ''அநுபந்த சதஷ்டையம்'' என்பர். அதாவது இந்த அறிவுரைகள் போதிக்கும் விஷ-யங்கள் நான்கு:

1. அதிகாரி - இதைக் கற்பதற்குரிய தகுதி உடையவர்கள்
2. விஷய - இந்த நூலில் கூறப்படும் உண்மை/கருத்து/ தத்துவம். உதாரணமாக, பரம்பொருள், சீவன், உலகம் என்ற மூன்று தத்துவங்களே இந்நூலின் விஷயம் என்பது.
3. சம்பந்தம் - இந்த மூன்று தத்துவங்களுக்கிடையே உள்ள உறவு.
4. ப்ரயோஜனம் - இந்த நூலின் பயன்கள்

கீதையென்பது, இறையியல் கோட்பாடுகளை வெளிப்-படுத்தும் உரையாடல் வடிவில் (பெரும்பாலும்) உள்ள

வசனங்கள். பொதுவாக குரு-சிஷ்ய (ஆசான்-மாணாக்கன்) இடையே நடைபெற்ற உரையாடல்கள். பெரும்பாலானவை [அஷ்டாவக்ரகீதை உட்பட] மகாபாரதம் அல்லது பல்வேறு புராணங்களில் இருந்து தோன்றியவை.

அஷ்டாவக்ரம் என்றால் எட்டு வகையான கோணல்கள் கூடியது என்று பொருள். எட்டு கோணல்களுடன் கூடிய உடலைக் கொண்டவர் என்பதால் அஷ்டாவக்ரர் என்று பெயர். மிதிலை நகர பேரரசனும், ஞானியுமான ஜனக மஹாராஜன், சகல சாஸ்த்ரங்களைக் கற்ற பண்டிதன். சனாதன தர்மங்களை கடைபிடித்து ராஜபரிபாலனை புரியும் உயர்நிலை கர்ம யோகி. ஆத்ம ஞானத்தின் மூலம், தன் உண்மை நிலையை அறிந்துணரத் துடிக்கும் முதல் நிலை ஞான யோக மாணவனான ராஜ ரிஷி.

அஷ்டாவக்ர கீதை என்பது முனிவர் அஷ்டாவக்ரருக்-கும், அந்த ராஜரிஷிக்கும் நடைபெற்ற உயர்நிலை ஆன்-மீக உரையாடல். அந்த மன்னனுக்கு அவரது இளம் குரு ஒரு அற்புத அரிய தத்வ போதனையைத் தந்தார். இதற்காக அந்த மன்னன் பல்வேறு இன்னல்களைத் தாங்கி, தன்னை வறுத்திக்கொண்டு, காத்திருந்து பெற வேண்டியிருந்தது.

இந்த அருளுரைகளை புத்தக வடிவில் படிக்கும்போது, "என்ன இது, அஷ்டாவக்ர முனிவரின் அறிவுரைகள், ஜனகரின் பதில்கள், உபநிஷத உருவகங்கள் இவைகளெல்-லாம் திரும்பத்திரும்ப அதே சொற்றொடர்களாக வருகிறதே" என்று சிலர் எண்ணலாம். அந்த எண்ணம் தவறு. முனிவர் நீண்டகாலமாக நிலைத்திருந்த உணர்வு நிலையிலிருந்தும், ஜனகர் அவரது புதிதாக அனுபவம் பெற்ற ஞான நிலையி-லிருந்தும் உரைப்பது. ஒரே நிலையில் இருக்கும் இருவரின் அனுபவ வெளிப்பாடுகள் அவ்வுரைகள். மனதினைக் கடந்த நிலை அது; கலப்படத்தையோ அல்லது பிரதிபலிப்பையோ கடந்த ஆனந்த அனுபவ நிலை அது. இதனை புரிந்து கொள்ள வேண்டும்.

இரண்டுமே அவர்களின் அனுபவத்தின் வெளிப்பாடுகள். இருவரும், திறமையானவர்களாகவும், முழு வளர்ச்சியடைந்-தவர்களாகவும், ஒரே நிலையில் இருந்து பேசுகிறார்கள். நம்மை நாம் அறிந்து கொள்ள அஷ்டாவக்ர கீதை நம் அனைவருக்கும் இருவராலும் உரையாற்றப்பட்டது என்றே எடுத்துக்கொள்ள வேண்டும்.

புகழ்பெற்ற இந்திய அறிஞரும் வரலாற்றாசிரியருமான ராதாகமல் முகர்ஜியின் கூற்றுப்படி, இது கிமு நான்காம் அல்லது ஐந்தாம் நூற்றாண்டில் இயற்றப்பட்டிருக்கலாம். எனினும் இதற்கு எந்த ஆதாரமும் இல்லை. அத்வைதம் எனும் ஒருமைநிலை தத்துவ அடிப்படையிலான இந்த உரை ஆதி சங்கராச்சாரியாரின் படைப்புகளுக்குப் பிறகு இயற்-றப்பட்டிருக்கலாம் என்று தோன்றுகிறது. நதி மூலம், ரிஷி மூலம் காணக்கூடாது என்ற நமது தொன்று தொட்ட நடை-முறைக்கொப்ப இவர்களின் வரலாறு நமக்கு முக்கியமல்ல. இவர்களின் உரையாடலே நமக்கு கல்வி. இந்த உரையா-டல், இருபது அத்தியாயங்களாக, 298 சமஸ்க்ருத ஸ்லோ-கங்களாக (வசனங்கள்) உள்ளன. இந்த கீதை, ஆன்மாவை அறிந்துணர்வது, அப்படி உணர்வதற்கான தளைகளையும் தடைகளையும் அறுப்பது, இருமையற்ற (அத்வைத) ஒருமை தத்துவத்தை வலுவாக வெளிப்படுத்துகிறது.

ஸ்வாமி சின்மயானந்தா, "பிரஸ்தானத்ரையா" எனப்-படும் சனாதன தர்மத்தின் மூன்று முக்கிய உரையேடுகளை-விட (உபநிடதங்கள், பகவத்கீதை, ப்ரம்ம சூத்திரம்), நீக்கமற நிறை, அழிவிலா ஒருமையெனும் தத்துவத்தைத் தெளிவாக, நேரடியாக எடுத்துரைப்பதை நன்றிக்கடனுடன் நாம் புகழ வேண்டும்" என்கிறார்.

ஸ்வாமி பரமார்த்தானந்தா "அஷ்டவக்ர கீதை அல்லது ஸம்ஹிதை ஒரு நிதித்யாசனம்; ஆன்மீகத்தின் அடிப்படைக் கல்விக்கான நூல் அல்ல. ஆன்மீகத்தை (அத்வைத தத்-துவத்தை) நன்கறிந்த ஒருவருக்கு நடைமுறையில் அதை உணர்ந்து வாழ உபதேசிக்கும் நூல் இது. அன்றாட வாழ்வில்

பிறவிப்பிணியால் அல்லலுற்று வாழ்வோரின் மனதினை, உதவியற்ற தன்மையிலிருந்து விடுவித்து அச்சமின்றி ஆன்-மாவை அறிய மாற்றிடும் உதவும் நூல்" என்று கூறுகிறார்.

1

ஆன்மாவின் இலக்கணம்

◈

முகவுரை

வேதாந்தம் நம் உள்நோக்கிய பயணத்தைப் பற்றியது. உலகில் உள்ள அனைத்தும், அதாவது புலன்கள் மூலம் உணரக்கூடிய அல்லது அறிவியல் வழிமுறைகள் மூலம் அளவிடக்கூடிய அனைத்தையும் உள்ளடக்கியது - உடல் பொருள்கள், உணர்ச்சிகள், சூழ்நிலைகள் அல்லது அனுபவங்கள் முதலியன அனைத்தும், மாற்றத்திற்கு உட்பட்டதுமட்டுமல்லாமல் இறுதியில் முடிவுக்கும் வருகிறது. வாழ்க்கையில் இந்த நிலையற்ற விஷயங்களின் மீதான பற்றுதல், முடிவில் துன்பத்திற்கு வழிவகுக்கும் என்று வேதாந்தம் அறிவுறுத்துகிறது.

நாம் புரிந்து கொண்ட அறிவு, பொறி புலனால் அறியப்பட்ட விஷயங்களின் தகவல் தொகுப்பு என்றே கூறலாம். ஆனால், ஞானம் என்பது வெறும் அறிவு அல்லது தகவல்களுக்கு அப்பாற்பட்ட ஒரு ஆழமான புரிதல். இது விஷயங்களின் அடிப்படை இயல்பை உணர்ந்து, அந்த இயல்புகளுக்கான அடிப்படை உண்மைகளை அங்கீகரிப்பது. வாழ்க்கை, இருப்பு, மனித நிலை பற்றிய ஆழமான நுண்ணறிவுகளை உள்ளடக்கியது இந்த புரிதல். உயர்நிலை புற நோக்கு, பகுத்தறிவு, கருணை, பணிவு போன்ற நற்குணங்களுடன் தனக்கு மட்டுமல்லாமல், மற்றவர்களுக்கும

மற்றும் பரந்த உலகிற்கும் பயனளிக்கும் சிறந்த முடிவுகளை எடுக்கும் திறன் போன்ற குணங்களை உள்ளடக்கியது.

ஒருவரின் உண்மையான இயல்பு, சாராம்சம் மற்றும் அடையாளம் பற்றிய ஆழமான புரிதலே நமக்கு உள்ளும், நம்மைக் கடந்தும் நீக்கமற நிறைந்திருக்கும் தூய உணர்வு எனும் ஆன்மா. ஆன்மா, உடல் மன வளாகத்திற்கு அப்பாற்பட்டது. இந்த தூயணர்வின் ஆழமான புரிதல், ஒருவரின் இருப்பு, அனைத்துடனும் ஒன்றோடொன்று இணைந்திருப்-பதை உணர்தல் மற்றும் அறுதி உண்மையின் தன்மை பற்றிய ஆழமான புரிதலுக்கு வழிவகுக்கும் என்றும் வேதாந்தம் தெளிவுபட கூறுகிறது.

அஷ்டவக்ர கீதையின் முதல் அத்தியாயம், தூய உணர்வு எனும் ஆன்மாவின் இலக்கணத்தை மையமாகக் கொண்டுள்ளது. பொறிபுலன் வழியறி பொருட்களை ஒதுக்கி, மன்னித்தல், நேர்மை, கருணை, மகிழ்வு, உண்மை போன்ற குணங்களை நாடி அடைந்து, முதலில் நீ யாரில்லை என்பதை அறிந்து, கயிற்றில் பாம்பு கற்பிக்கப்பட்டது போல உன்னில் உதிப்பதே இவ்வுலகம் என்பதை அறிந்து, பஞ்ச பூதங்களா-லான உடலை விடுத்து, நீக்கமற நிறைந்து, முழுமையாக, ஒருமையாக, வினைகளேதுமின்றி, பற்றின்றி, இச்சைகளின்றி, அமைதி காக்கும் சாட்-சியான தூய உணர்வு எனும் ஆத்மாவே நீயென்று அறிந்து அதில் நிலைத்து, மெய்யறியாமையெனும் அடர்வனத்தை எரித்திட்டு, துன்பம் களைந்து முக்தியெனும் பேரின்பத்தில் இருந்திடு என்று ஜனகருக்கு, ஆத்மாவின் இலக்கணங்களை கோடிட்டுக்காட்டி, உன் மதி எப்படியோ உன் கதி அப்படியே எனும் பழமொழியை நினைவு கூறுகிறார் அஷ்டா-வக்ர முனிவர் இந்த அத்தியாயத்தில்.

ஸ்லோகங்கள்

ஜனகரின் கேள்வி

அறிவைப் பெறுவது எங்கனம்?
முக்தியை அடைவது எவ்விதம்?

பற்றின்மை பெறுவது எவ்வன்னம்?
கற்பிக்க வேண்டும் ஆசானே!! 1.1

~

அஷ்டாவக்ர முனிவரின் அறிவுரைகள்

முக்தியை நாடினின், நஞ்சென ஒதுக்கிடு
பொறிபுலன் வழியறி பொருட்கள்தனை!
மன்னித்தல், நேர்மை, கருணை, மகிழ்வு,
உண்மை தனை அமிழ்தென நாடு அப்பனே!! 1.2

~

புவி, நீர், நெருப்பு, காற்று, வான் இல்லை நீ !
தூய உணர்வாம் சித்தெனும் சாட்சியே நீயென
முக்தியை அடைய ஆத்மாவை அறிந்திடு !! 1.3

~

தேகமெனும் உடலிலிருந்து உனை விடுத்திட்டு
சித்தெனும் தூய உணர்வில் நீ நிலைத்திட்டால்
அக்கணமே பெறுவாய் பற்றற்ற பேரின்ப அமைதி!! 1.4

~

நால்வகை சமூக வகுப்பில்லை நீ!
நால்வகை வாழ்வு நிலையில்லை நீ!
பார்வை போன்ற பொறிபுலனில்லை நீ!
பற்றிலா வடிவமிலா ஒருமையான நீ
பார்தனின் சாட்சியென பேரின்பமாய் இரு!! 1.5

~

தர்மம் அதர்மம் சுகம் துக்கம் இவையெயல்லாம்
மனதின் நிலைகளே அன்றி உனதல்ல!
புரிபவனும் நுகர்பவனும் நீ அல்ல, உண்மையிலே

விடுதலையே உனக்கென்றும் நீக்கமற நிறையோனே!! 1.6

அனைத்தையும் காணும் ஒருவன் நீ!
என்றும் சுதந்திரமாய் இருப்பவன் நீ!
அப்படிக் இருக்கும் உனை வேறாக நீ
காண்பது ஒன்றே உனது பந்தம்!! 1.7

வினையன் நானெனும் கருராஜநாகக் கடியுண்டோனே!
நானில்லை வினையனெனும் நம்பிக்கை மூலிகையாம்
அமிழ்தினை அருந்தி அடைந்திடுவாய் பேரின்பம்!! 1.8

அறுதி உண்மையெனும் அருட்பெரும் ஜோதியாம்
ஒருமையெனும் தூய இருப்புணர்வினை இட்டு - மெய்
அறியாமையெனும் அடர்வனத்தை எரித்திட்டு
துன்பம் களைந்திட்டு பேரின்பத்தில் இருந்திடு!! 1.9

கயிற்றில் பாம்பு கற்பிக்கப்பட்டது போல
ஆனந்த பரமானந்த தூயஉணர்வாம் உன்னில்
உதிப்பதே இவ்வுலகமென அறிந்திட்டு - அப்
பேரின்பத் தூய உணர்வதனிலே நிலைத்திடு !! 1.10

முக்தனென தனை எண்ணுவோன் முக்தனே ஆகிறான்!
பந்தனென தனை எண்ணுவோன் பந்தத்தில் மூழ்கிறான்!
மதி எப்படியோ கதி அப்படியே எனும் பழமொழி
உண்மையான கூற்று அன்றோ இங்கே!! 1.11

சாட்சியென நீக்கமற நிறைந்து, முழுமையாக, ஒருமையாக,

சுதந்திர அறிவுணர்வாய், வினைகளேதுமின்றி, பற்றின்றி,
இச்சைகளின்றி, அமைதி காக்கும் ஆன்மா, மருட்சியால்
பிறவிப்பிணியுற்று உலகதனில் ஊறியதெனக் காட்சி!! 1.12

எதிரொளித் தன்னுணர்வே நான் எனும் மருவுடன்
உள்வெளி உணர்வின் அலைகளை விடுத்து, மாறா
ஒருமையாம் மெய்யுணர்வை தியானிப்பாய்!! 1.13

உடற்பற்றெனும் பாசக்கயிற்றால்
கட்டுண்ட அருமை மகனே !
மெய்யறிவெனும் வாள்கொண்டு
துண்டித்து பேரின்பம் பெறு!! 1.14

பற்றற்று வினையற்ற மாசிலா சுயப்பிரகாசம் நீ!
தியானம் அனுசரிப்பதே உன் அடிமைத்தனம்!! 1.15

நீக்கமற நிறை உன்னிடமே நெசவு இவ்வுலகம்!
தூய உணர்வே உண்மையில்லுன் இயல்பு!
அடைய வேண்டாம் இந்த அற்பத்தனம்!! 1.16

வரையிலா மாறா முழுமையான அமைதியுடன் பேரறிவு கொண்டு
கலக்க மேதும் இல்லாத நீ தூய உணர்வையே விழைந்திடு!! 1.17

வடிவமுள்ளவை பொய்மை, வடிவமற்றவை மாறா - இத்
தத்துவ உபதேசமறிந்து தீர்த்திடு பிறவிப்பிணிதனை!! 1.18

உருவமதன் உள்ளும் புறமும்
இருந்திடும் கண்ணாடி போல
நமைக் கடந்தும் நமக்குள்ளும்
இருப்பவனே பரம்பொருள்!! 1.19

குடத்தின் உள்ளும் புறமும் ஒரே
ஒரு வெளி பரவி நிற்பது போல
உடலின் உள்ளும் புறமும் பரவி
உள்ளான் அனைத்திலும் பரமன்!! 1.20

2

மருள் நீங்கிய மாசறு காட்சி

முகவுரை

அறிவைப் பெறுவது எங்கனம்? முக்தியை அடைவது எவ்விதம்? பற்றின்மை பெறுவது எவ்வன்னம்? கற்பிக்க வேண்டும் ஆசானே என்று வேண்டிய ராஜரிஷி ஜனகருக்கு, முதல் அத்தியாயத்தில் அனைத்தும் நீ, அனைத்திலும் நீ, வரையிலா, மாறா, முழுமையான, நீக்கமற நிறைந்து, உனக்குள்ளும் உனைக்கடந்தும் அமைதியுடன் கலக்கமேதுமிலா தூய இருப்புணர்வே நீ என்ற பேரறிவுகொண்டு பேரின்பம் பெற்றிடுவாய் என் மகனே, அப்பனே என்றெல்லாம் பேரரசன் ஜனகனை அழைத்து, தந்தையின் இடத்திலிருந்து அறிவுரைகள் வழங்கினார் இளம் முனிவரான அஷ்டாவக்ரர்.

"அரிதாகப் பெற்ற இம்மானிடப் பிறவியில் ஆத்ம தத்துவத்தைப் புரிந்துகொள்வது எளிதன்று. ஆத்ம தத்துவம் ஆச்சர்யமானது. யாரோ ஒரு மஹாபுருஷன்தான் ஆத்மாவை ஆச்சர்யமாகக் காண்கிறான். ஆத்ம ஸ்வரூபத்தை வர்ணிப்பது இயலாதது. யாரோ ஒரு மஹாபுருஷன்தான்

இந்த தத்துவத்தை ஆச்சர்யமாக வர்ணிக்கின்றான். அமே போல் தகுதி பெற்ற வேறொருவன்தான் ஆத்மாவை ஆச்-சர்யமாக கேட்கிறான். தகுதியற்ற ஒருவன் அப்படிக் கேட்-டாலும் ஆத்மாவை அறியவே மாட்டான்"

என்கிறான் கண்ணன் கீதையில் (2.29).

இந்த இறைவாக்கின்படியே, அரிதான ஆன்மீக விற்பன்னரான ராஜரிஷி ஜனகர், குருவின் அருளால் நித்ய-அநித்ய அவிவேகம் எனும் மோஹமான மருள் நீக்கி, அறியாமையெனும் அஞ்ஞானமாகிய இருள் நீக்கிய ராஜரிஷி ஜனகருக்கு, ஸம்யுக்த தர்ஷனெமனும் தெளிவான அறிவுப் பார்வையெனும் மருள் நீங்கிய மாசறு காட்சி கிட்டியவுடன், "நானாக "நான்" இல்லை, "நான்" "அவனே"தான், "அவன்"தான் நான், நான்தான் உலகம் என்றெல்லாம் புதுமையான கருத்துகள். என்-னைப்பற்றி எனக்கே தெரிந்திராத, என்னை மேன்மைப்படுத்தும் உண்-மைகள். அடேயப்பா" என்று ஆச்சர்யம் கலந்த பேரின்பத்தில் வர்ணிக்-கின்றார் ஆத்மஞான அனுபவத்தை!

"தன்னை அறிய தனக்கொரு கேடில்லை
தன்னை அறியாமல் தானே கெடுகின்றான்
தன்னை அறிநும் அறிவை அறிந்தபின்
தன்னையே அர்ச்சிக்கத் தானிருந்தானே ....
திருமந்திரம்"

தெளிவான அறிவுப் பார்வையெனும் மாசறு காட்சி கிட்டியவுடன் நம் உள்ளத்தில் ஊற்றுப்பெருக்கெடுப்பது வியப்புடன் கூடிய ஆனந்தம், புத்துணர்வு, பொலிவு. அந்தப் புதுப்பொலிவுடன் ஜனகர் தனது உணர்வு-களை, வெள்ளப்பெருக்கென தன்னையே அர்சித்து வெளிப்படுத்துகிறார் ஜனகர், இரண்டாவது அத்தியாயத்தில்.

ஒரு பொருளை (subject) அறிந்து தெளிந்தபின் அதனை ஒரு கொள்கைபிடிப்பாய் அறுதியிட்டுக் கூறும் உறுதி அனைவரிடமும் அமைவதில்லை. அவ்வுறுதி பிடிவாதம் அன்று. அது சிந்தனைத் தெளி-வின் வெளிப்பாடு. ஆணித்தரமாய்க் கூறுகிறார் என்று சொல்வோமே,

அதன் பொருள் என்ன?

அடித்தபின், அடித்த இடத்தை ஆணி உறுதியாகப் பற்றிக்கொள்-கிறது, அசைவு ஏதுமில்லாமல். அதுபோல, ஆய்ந்தறிந்த கருத்தினை ஆணித்தரமாய் உரைப்பது, அக்கருத்து பற்றியது மட்டுமன்று; தான் கொண்ட கொள்கையில் சமரசமில்லாத உறுதிப்பாட்டினையும் வெளிப்-டுத்துகிறது. திருக்குறளிலே, உண்டு இத்தகைய ஆணித்தரமான கருத்-துக்கள்.

"ஆஹா! ஓஹோ! உடல் மன வளாகம் கடந்த, அமைதியான, தூய இருப்புணர்வே நான்! இதுவரையில் இத்தனை காலம் மருவினால் குழம்-பியிருந்தேனே" என்று தன்னைப்பற்றி புதுமை கண்ட வியப்பில் இயம்-பிய ஜனக மஹாராஜன், ஆணித்தரமாக பெரு மகிழ்வுடன் உணர்வுபூர்-வமாக உரைக்கிறார்.

ஸ்லோகங்கள்

இயற்கையெனும் உடல் மன வளாகம் கடந்த,
அமைதியான, தூய உணர்வே நான், ஆஹா!
இதுவரையில் இத்தனை காலமாய்
மருவினால் குழம்பியிருந்தேன் அன்றோ!! 2.1

உடலும் உலகும் ஒளிர்வது என்னாலே
அதனால் உலகம் அனைத்தும் என்வசமே
அல்லது எதுவும் இல்லை என்னிடமே!! 2.2

உடலையும் உலகையும் விடுத்த
உடன், ஏதோ ஒரு திறமையால்
உணர்கிறேன் பரம்பொருளை, ஆஹா!! 2.3

அலைகளும் நுரைகளும் நீர்க்
குமிழிகளும் நீரொன்றே வேறல்ல!
அதுபோல ஆன்மாவினால் வெளிப்படும்
அண்டங்களும் ஆன்மாவும் வேறல்ல!! 2.4

ஆடையை ஆய்ந்தால் அது
நூலொன்றே வேறில்லை!
அண்டத்தை ஆய்ந்தால், அதுவும்
ஆன்மா ஒன்றே வேறில்லை!! 2.5

கரும்புச்சாறு சக்கரை முழுதும்
கரும்பின் இனிமை நிறையும்!
என்னால் விளையும் உலகம் முழுதும்
என்றும் நானே நிறை எங்கும்!! 2.6

ஆத்மாவை அறியாததால் உலகத்தின் அறிதல்,
ஆத்மாவை அறிவால் அறிந்ததால் அறியாமை அழிதல் !
கயிற்றின் காட்சி இல்லையதனால் அரவின் தோற்றம்
கயிற்றின் காட்சி கிட்டினில் அரவின் மறைவு போல!! 2.7

ஒளியே என் இயல்பாகும்
ஒளியின்றி நான் வேறில்லை
உலகம் ஒளிர்விடும் தருணம்
ஒளிர்வது நானின்றி வேறில்லை!! 2.8

ஆஹா! அறியாமையால் என்னில் உதயம் உலகம்,
கயிற்றில் அரவையும், கிளஞ்சலில் வெள்ளியையும்

கதிரொளியில் கானல் நீரினையும் காண்பது போல !! 2.9

∽

மண்ணுள் குடமும், நீரில் அலையும்,
பொன்னுள் தொடியும் லயம் போல
என்னுள் இருந்து விரியும் இவ்வுலகம்
என்னுள்ளேயே அடங்கிடும் அன்றோ !! 2.10

∽

படைத்தவன் முதல் இறுதிப்
புல்லுறுவி வரை அண்டமே
அழிந்தாலும், தேய்வும் அழிவுமிலா
எனக்கு வணக்கம் உரித்தாகுக!! 2.11

∽

உடலுடை ஒருமை நான்
ஊர் எங்கும் செல்வதில்லை - எந்த
ஊரிலிருந்தும் வருவதில்லை - எனினும்
உலகெங்கும் ஊடுருவும் எனக்கு
உரித்தாகுக வணக்கம்!! 2.12

∽

ஊறுணராமல் உலகதனை நிலைநிறுத்திட
உலகோர்க்கு திறனுண்டோ எனைப்போல !
உரித்தாகுக வணக்கம் எனக்கு !! 2.13

∽

எதுவுமில்லை என் வசம் - எனினும்
மனவாக்கு இலக்கனைத்தும் என் வசம் !
எனக்கு வணக்கம் உரித்தாகுக!! 2.14

∽

அறிவு அறிவது அறிபவன் எனும்

முப்பேதமில்லை உண்மையிலே!
அறியாமையயால் இருப்பெனக் காட்சி,
மாசிலா என்னுள் இவை மூன்றும் !! 2.15

இருமையொன்றே துயரத்தின் மூலம்
இதற்கு தீர்வேதுமில்லை வேறொன்றும்!
நுகரும் பொருள் அத்தனையும் போலியென்றும்,
ஒருமையான தூய பேரின்ப உணர்வே நானென்றும்
அறிந்துணருதல் ஒன்றே இத்துயர் நீக்கும் மருந்தாகும் !! 2.16

அறிவெனும் தூய இருப்புணர்வே நான்!
அறியாமையால் எனை வரையறுத்தேன் !!
உள்ளாய்ந்து இவ்வண்ணம் இடைவிடாது,
எண்ண அலைகளேதுமின்றி மனமதனில்
என்னுள்ளே நான் நிலைக்கிறேன் !! 2.17

தளை இல்லை வீடில்லை எனக்கு!
ஆதாரமின்றி மருட்சியும் கலைந்தது!
நிலைத்தது அன்றோ என்னில் உலகம்!
நிஜமாக என்னிடம் இல்லை உலகம்!! 2.18

உடலும் உலகமும் உண்மையல்ல
உறுதியுடன் உரைக்கின்றேன் !
களங்கமிலா இருப்புணர்வே நான்
கற்பனைக்கு இனி ஏது இடம் !! 2.19

உடலும் பயமும் சொர்கமும் நரகமும்
கற்பனை மட்டுமே இவை அனைத்தும்!

என்ன நோக்கம் இவைகளால், தூய
உணர்வெனும் ஆன்மாவான எனக்கு!! 2.20

❧

சமூகத்திலிருந்து கொண்டும் இருமைதனைக் காணேன்!
அடர்வனத்தின் நடுவில் என் இருப்பென உணர்கிறேன் - பின்
எதை நோக்கி பற்றுதலை நான் கொள்ள வேண்டும்!! 2.21

❧

உடல் நானல்ல, உடலும் எனக்கல்ல,
உற்ற தேகத்து உணர்வும் நானல்ல, தூய
உணர்வே நான்; உயிர் வாழ நினைத்ததனால்
உறவெனும் தளையுற்றேன் உறுதியாக!! 2.22

❧

எல்லையிலா பெருங் கடலாம் என்னுள்ளே,
மனக்காற்று வீசுகையில் படைப்பு பல்வேறு
கணப்பொழுதில் அலைகளென தோன்றுதன்றோ II 2-23

❧

எல்லையிலா பெருங் கடலாம் என்னுள்ளே,
மனக்காற்று அடங்கிட, துரதிஷ்டமாக சீவ
வணிகனின் உடலெனும் கப்பல் கவிழ்ந்து மூழ்கியதே II 2-24

❧

எல்லையிலா பெருங் கடலாம் என்னுள்ளே,
பல்வேறு சீவர்கள் இயல்புடனே அலைகளென
உதித்தெழுந்து விளையாடி மறைந்தனவே II 2.25

❧

3

புடம் போடும் குரு

முகவுரை

குரு-சிஷ்ய பரம்பரை நமது கலாச்சாரத்தின் முக்கிய அம்சங்களில் ஒன்றாகும். குரு என்றால் ஆசிரியர் என்று நம்மில் பலர் நினைக்கி-றோம். ஆசிரியரைக் குரு என்பதும் குருவை ஆசிரியர் என்பதுமாக நாம் குழப்பமடைந்துள்ளோம். பல சந்தர்ப்பங்களில் ஆசிரியர் ஒருவரை அவருக்கு விசேட மதிப்பைக் கொடுப்பதற்காக குரு என்றும் குறிப்பி-டுகின்றோம். கலை உலகில் இந்தப் பிரயோகத்தை நாம் காணலாம். உதாரணமாக, நடனக் கலையைக் கற்பிக்கும் நடன ஆசிரியரை நடன அரங்கேற்ற மேடைகளில் குரு எனக் கௌரவிக்கப்படுவதைக் காணலாம்.

ஒருவர் ஆசிரியரா அல்லது குருவா என்பது அவரிடமிருந்து சீடன் பெரும் கல்வியைப் பொருத்தது. கற்றது கை மண்ணளவு, கல்லாதது உலகளவல்லவா! சமஸ்க்ருத மொழியில் மட்டுமே இந்த வேறுபாடுகளுக்-கேற்ப, கற்றுக் கொடுப்பவருக்கு வெவ்வேறு பெயர்கள் உண்டு.

1. தரவுகளைப் பண்படுத்தி, தகவல்களாக சீடனுக்கு அளிப்பவர் அத்யாபகர்.

2. தகவல்களுடன் இணைந்த அறிவினையும் கொடுப்பவர் உபாத்யாயர்.

3. தகவல், அறிவு இவைகளுடன் திறமையையும் கற்றுக் கொடுப்பவர் ஆச்சார்யர்.

4. ஒரு குறிப்பிட்ட அறிவை ஆழமாக ஆய்ந்து, தொலைநோக்குப் பார்வையை அளிப்பவர் த்ருஷ்டா.

5. சீடனின் அகக் கண்ணைத் திறந்து, அவனை அறியாமை இருளிலிருந்து வெளிக்கொணர்பவர் குரு.

ஆகையினால் தான் மாதா,பிதா, குரு, தெய்வம் என்று வரிசைப்படுத்தி கூறுகிறோம். அன்னை கூறிய அறிவினாலேதான் தந்தையை அறிகிறோம். தந்தை நம் கையைப்பிடித்து கல்வி கற்க அழைத்துச் சென்று பள்ளியில் (ஆஸ்ரமத்தில்) சேர்த்ததினால்தான் நாம் குருவை அறிகிறோம். குருவுடன் இருந்து கற்றதினாலேதான் நம்மையும் பரம்பொருளை அறிகிறோம்.

குருவிற்கு மனது என்பது ஒன்று இல்லை. என்ன, ஆச்சரியமாக உள்ளதா? இப்படிக் கூறுவதானால் அவருக்கு அந்தக்கரணம் என்று ஒன்றில்லை என்று பொருள் சாரந்த நிலையில் காணக்கூடாது. குருவின் மனது பட்டப்பகலில் உள்ள சந்திரன் போல் உள்ளது என்பதே பொருள். அப்படியென்றால் சீடனுக்கு விடையளிக்கும் போது, எங்கிருந்து வருகிறது குருவின் விடைகள்? கேட்டவரின் கேள்விகள் எந்த அடிப்படை ஆதாரத்தலிருந்து வருகிறதோ, அதே அடிப்படை ஆதாரத்திலிருந்துதான் குருவிற்கும் விடைகள் வருகின்றன.

"நட்ட கல்லு பேசுமா நாதன் உள்ளிருக்கையில்
சுத்தி வந்து முணுமுணுன்னு சொல்லு மந்திரம்
ஏதடா"

என்றார் ஒரு சித்தர். என்னுள்ளேதான் விடை உள்ளது. அதற்கு ஒரு வடிவம் கொடுத்து உரைப்பவர் குரு. என்னுள்ளே விடை இல்லையென்றால், குரு தரும் எந்த விடையும் எனக்கு ஒப்பாது. இதனை ஆங்கிலத்தில் *conviction* என்பர். நம்முள் உறைந்திருக்கும் விடைகளை அடையாளம் கண்டு, அவற்றை வெளிக்கொணர்பவரே குரு.

உள்ளிருக்கும் விஷயத்தின் ஒலி வடிவே விடை. ராஜரிஷி ஜனகரின் உட்புதைந்திருந்த விடைகளை வெளிக்கொணர்ந்தார் குருவான அஷ்டாவக்ர முனிவர் இரண்டாவது அத்தியாயத்தில். அப்படி வெளிக்கொ-

• 15 •

ணர்ந்த விடைகள், சீடனின் இருப்பில் ஊடுருவி, அவனது விழிப்புணர்-வின் பிரிக்க முடியாத பகுதியாக மாறியதா என்பதை குரு அறிந்திட சீடனை சோதனைக்கு உட்படுத்துவது வழக்கம். புடம் போட்டல்தான் தங்கத்தின் மாசுகள் அகலும். பொருள் சார்ந்த உலக வாழ்க்கைக்கு வேண்டிய கல்வி கற்பிப்பதில், ஆசிரிய-மாணவ உறவிற்கு ஒரு இன்-றியமையாத சாதனம் சோதனை/மதிப்பீடு. இதனின் முக்கிய நோக்கம் மாணவர்களின் கற்றலை ஆதரித்து, கற்றலை மேம்படுத்துவது. ஒவ்-வொரு மாணவருக்கும் தனித்துவமான பலம் மற்றும் பலவீனங்கள் உள்ளன. அதனை அறிந்து கொள்வது ஆசிரியரின் பொறுப்பாகும்.

வேதாந்த கல்வி என்பது மேற்கூறிய கல்வியையிட அதி உயர் நிலையில் இருப்பது. ஏனெனில் இது பொறி புலன்களைக் கடந்து நம்-முள் இருக்கும் ஆன்மாவை அறிவது. மறைகள் கூறும் உண்மையை-டுத்துரைத்த குருவின் அருளுரைகளை உள்வாங்கி அறிந்து, உணர்ந்து, சீடன் தனது அன்றாட வாழ்வில் அந்த அறிவுசார் ஒழுக்கத்துடன் வாழ வேண்டும்.

அறிவுரைகளுக்குப்பின் சீடன் "அறிந்து கொண்டேன்" என்று குரு-விற்கு விளக்கியபின், அவனின் தயார்நிலையை சோதித்து மதிப்பிடுவது குருவின் பணி. ராஜ ரிஷி ஜனகரின் ஆழ்ந்த ஆன்மீக புரிதல் ஒரு பக்கம்; செல்வம், பொருள், உயிர், உடல், காமம், என்று அரசனின் அன்றாட மேலோட்டமான வாழ்க்கை பழக்கவழக்கங்கள் மறுபக்கம். இந்த இரண்டிற்கும் உள்ள வெளிப்படையான முரண்களைக் கண்டு அவரது சீடரை ஏளனம் செய்யும் வகையில் நேரடியாக முதல் எட்டு ஸ்லோகங்களில் அஷ்டாவக்ர முனிவர், அரசனாக இருக்கும் ஜனகரிடம் கேள்விகளை எழுப்புகிறார். பின்னர், ஆறு ஸ்லோகங்கள் வழியாக தன்னை அறிந்துணரந்த ஞானி/தீரன்/யோகியின் சில இலக்கணங்க-ளைக் கோடிட்டுக்காட்டி, அந்த இலக்கணங்கள் உனக்குப் பொருந்துகி-றதா என நீயே விசாரம் செய்து அறிவாய் என அஷ்டாவக்ர முனிவர் ஜனகரை புடம் போட்டுப் பார்க்கிறார் மூன்றாம் அத்தியாயத்தில்.

ஸ்லோகங்கள்

அஷ்டாவக்ரரின் சோதனைகள்

ஆத்மாவின் இயல்பு அழிவிலா ஒருமையென அறிந்து
ஆத்ம ஞானத்தில் நிலைத்திட்ட சான்றோன் உனக்கு
அளவிலா வேட்கை எங்கனம் பொருள்தனைச் சேர்த்திட ? 3.1

❧

அறியாது மருவுகொண்டு முத்துச்சிப்பிதனை
ஆசையுடன் வெள்ளியென காண்பது போல,
ஆத்ம அறியாமையினால் மாயை கொண்ட
புலநாட்டப் பொருட் பற்று அந்தகோ!! 3.2

❧

அலை உதித்திடும் ஆழ்கடல்தனில் – அதுபோல
அகிலம் உதித்திடும் 'அது' நானே என்றறியும் நீ
அலைந்து திரிவதெதற்கோ வறியவனென? 3.3

❧

பேரழகுத் தூயஉணர்வே ஆன்மா என
செவிமடுத்தபின்னும் பெரும் பற்றுடனே
புலப்பொருள்நாடி மாசுபடுவது ஏனோ? 3.4

❧

அனைத்திலும் ஆன்மா அனைத்தும் ஆன்மாவில் என
அறிந்துணர்ந்தேன் நான் எனும் ஞானியர் உளமதில்
ஆச்சரியமெனத் தொடர்கிறதே தன்னுணர்வு!! 3.5

❧

நீக்கமற நிறை ஒருமை தத்துவத்தில் நிலைத்திட்ட
வீடுபேறுவிழையோன் காமவயப்பட்டு சின்றின்பக்
கேளிக்கையில் நாட்டம் வியப்பான விந்தனையே!! 3.6

❧

காமம் அறிவின் நாசமென அறிந்தும்
ஆயினும் நாட்டம் அதிபலவீனம் ஆகினும்!
ஆயுட்காலம் முடியும் போதும் வேட்கை
குறையா காமம் பேர் ஆச்சர்யம்!! 3.7

இருமை அறிந்து இகபர உலகில்
விரத்தி அடையும் வீடுபேறு விழை
விவேகன் ஒருவன், முக்தி கண்டு
பீதி அடைவதேனோ ஆச்சர்யமே!! 3.8

போற்றலும் தூற்றலும் பாராது
கோபம் களிப்பேதும் இல்லாது - எப்
போதும் ஆன்மா ஒன்றினையே
காண்பான் அன்றோ தீரன்!! 3.9

உற்ற தேகத்தையே மற்றொரு
உடலெனக் காணும் ஞானி
உழன்று கலங்குவது எங்கனம்
தூற்றுதல் போற்றுதல் கண்டு? 3.10

மாயை ஒன்றே உலகென உணர்ந்து
ஆசை அறவே ஒழிந்திட்ட பின்னரும்
காலனவன் வரும் நேரம் கண்டு
ஞானி ஒருவனுக்கு அஞ்சுதல்தான் எதற்கு!! 3.11

அனுபவ விளை மனமுறிவினிலும்
ஆத்ம ஞானத்தில் நிலைத்திடும்

ஆசையிலா மனமுடை ஞானிதனை
யாருடனே எடைபோட இயலும்? 3.12

புலனறி உலகம் பொருளிலா வேஷம்!
உணர்ந்தறி உத்தம ஞானி ஒருவனுக்கு
உகந்த, உதவா பொருளேதும் உளவோ!! 3.13

உலகியல் உணர்வுகளை உதறிய உள்ளமுடன்
எதிர்மறை எல்லை கடந்து அவாவிலா ஒருவன்
எதிர்பாராதென பொருள் கிட்டினும் விலகினும்
அடைவான் இல்லை இன்பமும் துன்பமும்!! 3.14

4

நீத்தார் பெருமை

முகவுரை

"அறிவைப் பெறுவது எங்கனம், முக்தியை அடைவது எப்படி, பற்-றின்மை அடைவது எவ்வன்னம் கற்பிக்க வேண்டும் ஆசானே" என்று அடிபணிந்து விண்ணப்பித்த ராஜரிஷி ஜனகருக்கு, முதல் அத்தியாயத்-தில், அனைத்தும் நீ, அனைத்திலும் நீ. வரையிலா, மாறா, முழுமை-யான, நீக்கமற நிறைந்து, உனக்குள்ளும் உனைக்கடந்தும் அமைதியு-டன் கலக்கமேதுமிலா தூய இருப்புணர்வே நீ என்ற பேரறிவுகொண்டு பேரின்பம் பெற்றிடுவாய் என் மகனே, அப்பனே என்றெல்லாம் பேரரசன் ஜனகனை அழைத்து, தந்தையின் இடத்திலிருந்து அறிவுரைகள் வழங்-கினார் இளம் முனிவரான அஷ்டாவக்ரர்.

குருவின் அருளுரைகளால் "இருள் நீக்கி இன்பம் பயக்கும் மருள் நீக்கி மாசறு காட்சி" கய்ண்ட ராஜரிஷி ஜனகரின் உட்புதைந்திருந்த விடைகளை வெளிக்கொணர்ந்தார் குருவான அஷ்டாவக்ர முனிவர் இரண்டாவது அத்தியாயத்தில்.

அப்படி வெளிக்கொணர்ந்த விடைகள், சீடனின் இருப்பில் ஊடுருவி, அவனது விழிப்புணர்வின் பிரிக்க முடியாத பகுதியாக மாறியதா என்-பதை குரு அறிந்திட சீடனை சோதனைக்கு உட்படுத்துவது வழக்கம். புடம் போட்டல்தான் தங்கத்தின் மாசுகள் அகலும். மூன்றாவது அத்தி-

• 20 •

யாயத்தில் ஜனகனின் ஆழ்ந்த ஆன்மீக புரிதல் ஒரு பக்கம்; செல்வம், பொருள், உயிர், உடல், காமம், என்று அரசனின் அன்றாட மேலோட்-டமான வாழ்க்கைப் பழக்கவழக்கங்கள் மறுபக்கம். இந்த இரண்டிற்கும் உள்ள வெளிப்படையான முரண்களைக் கண்டு அவரது சீடரை ஏளனம் செய்யும் வகையில் நேரடியாக முதல் எட்டு ஸ்லோகங்களில் அஷ்டா-வக்ர முனிவர் ஜனகரை புடம் போட்டுப் பார்க்கிறார். பின்னர் தன்னை அறிந்துணர்ந்த ஞானியரான "நீத்தாரின் பெருமை"யை ஜனகருக்கு விளக்குகிறார் ஆறு ஸ்லோகங்கள் வழியாக.

நாம் எதையும் அறிந்து கொள்ள முயலும் போது மூன்று நிலைகள் நிகழும்:

1. ஐயம்,
2. திரிபு,
3. தெளிவு.

ஐயம் என்றால் இதுவோ அதுவோ என்ற சந்தேகம்; திரிபு என்றால் ஒன்றை மற்றொன்றாக நினைப்பது, சந்தேகம் இல்லை, மாற்றி , தவறா-கப் புரிந்து கொள்வது.

ஐயம் திரிபற தான் கற்றுணர்ந்ததை, தன்னை அறிந்துணர்ந்தோரின் பெருமைதனை விளக்குவதன் மூலம் மூன்றாவது அத்தியாயத்தில் ஆசான் எழுப்பிய ஐயப்பாடுகளுக்கு தெளிவாக விடையளிக்கிறார் ஜனகர், இந்த நான்காவது அத்தியாயத்தில்.

~

ஸ்லோகங்கள்

ஜனகரின் கூற்று

விளையாட்டே பொருளின்ப உலகியல் வாழ்வு
தீரனாகிய ஆத்மஞானி ஒருவனுக்கு - அவனும்
பிறவிப்பொதியினைச் சுமந்திடும் மூடமனித

விலங்கும் சமமென்பது விந்தையன்றோ!! 4.1

இந்திரனும் விண்ணவரும்
விழைந்தேங்கும் நிலைதனில்
நிலைத்திட யோகியவனுக்கு
இன்பச்செருக் கேதுமில்லை!! 4.2

புகையதனின் இருப்பு என ஆகாயம் காணினும்
புகையென்றும் மாசு படுத்தவதில்லை அதனை!
அதுபோல தனை அறிந்துணர்ந்த ஞானிதனின்
உளமதனை தீண்டுவதில்லை புண்யபாவங்கள் !! 4.3

ஆத்மாவே இவ்வுலகனைத்துமென
அறிந்திடும் மகாத்மாவாம் ஞானி
அவனிச்சைப்படி இருந்திடுவான்
தடுக்க எவரும் உண்டோ!! 4.4

புல்முதல் புவிபடையோன் வரையுள்ள
நால்வகை படைப்புகள் அனைத்திலும்
விருப்பு வெறுப்பதனை விடுத்திடும் திறன்
ஆத்மஞானி ஒருவனிடம் மட்டுமன்றோ!! 4.5

அரிதன்றோ ஒருமையான ஆன்மாவே
ஆதிபகவனென அறிந்துணரும் ஆத்மஞானி!
அவன் புரிந்திடுவான் பயமின்றி தான் விரும்பும்
இடமதனில் வேண்டிய வினைதனையே!! 4.6

5

சீவனின் ஒன்றியம்

~ஊ~

முகவுரை

இதுவரை ....

பற்றை விடுத்து மெய்ப்பொருளறிவினை அடைந்து வீடுபேறு பெறுவது எப்படி என்று வினவிய மிதிலை மன்னன் ஜனகன், "நீ யாரில்லை, உனக்கும் உலகிற்கும் உள்ள உறவின் தன்மைகள் என்ன, நீ உண்மையில் யார்" என்று அஷ்டாவக்ர முனிவர் வழங்கிய அறிவுரைகளைக் கேட்டறிந்துணர்ந்து, 'இருள் நீக்கி இன்பம் பயக்கும் மருள் நீக்கிய மாசறு காட்சி கண்டேன், நானாக "நான்" இல்லை, "நான்" "அவனே"தான்' என்றெல்லாம் உள்ளத்தில் ஊற்றுப்பெருக்கெடுத்து, அதன் விளைவாக வியப்புடன் கூடிய ஆனந்தம், புத்துணர்வு, பொலிவுடன் தனது உணர்வுகளை, வெள்ளப்பெருக்கென தன்னையே அர்சித்து ஆணித்தரமாக வெளிப்படுத்தினான். பின்னர், ஜனகனின் இருப்பில் ஊடுருவி, அவனது விழிப்புணர்வின் பிரிக்க முடியாத பகுதியாக மாறியதா என்பதை சோதித்த குருவிற்கு, ஐயம் திரிபற தான் கற்றுணர்ந்ததை, தன்னை அறிந்துணர்ந்தோரின் பெருமைதனை விளக்கினான் ஜனகன்.

விளக்கத்தைக் கேட்டு மகிழ்ந்த அஷ்டாவக்ர முனிவர், இந்த ஐந்தாவது அத்தியாயத்தில், ஜனகரை அடுத்த உயர் உணர்வு நிலையை அடைந்திடத் தூண்டுகிறார் ஐந்து ஸ்லோகங்கள் வழியாக. உடல் மன

வளாகத்தினால் அமைந்த உறவுகள், நிலையற்ற உலகம், இருமை நிறை மனம் இவைகள் எல்லாவற்றையும் கடந்த இறையென ஒருமையான ஆன்மாவே நீ என்று உணர்ந்து, உனது தன்னுணர்வுதனை அவைகளி-டமிருந்து விடுத்து, தூய உணர்வுடன் பேரின்ப நிலையில், இறையுடன் ஒன்றிடு என்று ராஜரிஷி ஜனகருக்கு அறிவுரை வழங்குகிறார் அஷ்டா-வக்ர முனிவர்.

இறையுடனே ஒன்றிடு ("லயம்") என்றால் என்ன? இந்த சொற்றொ-டரை அறிந்து கொள்ள, இதற்கு சம்பந்தப்பட்ட நான்கு சொற்களை/ சொற்றொடரை நாம்அறிய வேண்டும்.

நான்

நாம் "நான்" என்று சொல்லுவது நமது உடல்,மனம்,ஆன்மா என்ற மூன்றின் கோப்பு. இந்த மூன்று கூறுகளைக் கட்டும்போது நமக்கு "நான்" என்ற எண்ணம் அதாவது "நான் இருக்கிறேன்" என்ற தன்னு-ணர்வுச் சிந்தனை உருவாகிறது. அந்த நான் என்ற அடிப்படைச் சிந்-தனையை ஆங்கிலத்தில் ஈகோ என்கிறோம். உடலுக்கும் ஆன்மாவிற்-கும் இணைப்புப் பாலமாக இருப்பது நான் என்ற சிந்தனை. அதைச் சுற்றி பின்னப்பட்ட ஆயிரமாயிரம் எண்ணங்களே மனம் என்று நாம் கூறுகிறோம். நம் அனுபவம், சிந்தனை எல்லாம் மனம் என்ற கருவி-யைக் கொண்டே நடக்கிறது. இந்த 'நான்' என்பதைப் பற்றிய ஆழ்ந்த உரையாடல்களே அஷ்டாவக்ர கீதை.

முக்தி

உடல், மன புத்தி வளாக சொந்த அடையாளத்திலிருந்து நம்மை விடு-வித்து நமது எல்லையற்ற தெய்வீக நிலையை உணர்வதே முக்தி என்று முதல் அத்தியாயத்தில் கண்டோம். இது அடையக்கூடிய ஒன்றல்ல. இது விடுதலை என்ற ஒரு நிலை. இந்நிலை வார்த்தைகளில் விவரிக்க முடி-யாத ஒன்று என்று கூறப்படுவது. அதை அனுபவித்தே உணரமுடியும் என்றும் அதை அனுபவித்தவர்களால் கூட தெளிவாக விளக்க இயலாது என்றும் சொல்லப்படுகிறது. இதன் அடிப்படைக் காரணம், முக்தி என்பது

உடல் மன வளாகத்தைக் கடந்த நிலை.

லயம்

சமஸ்கிருத சொல்லான லயம் என்பதற்கு பல அர்த்தங்கள் உள்ளன. ஒன்றியம், இணைவு, கலைத்தல், அழிவு, ஆழ்ந்த செறிவு, மனதில் ஆழப்பதித்தல், நிபந்தனையற்ற பக்தி என்றெல்லாம் பொருள் கொள்-ளலாம். இவை அனைத்தும் விடுதலையின் நிலை என்றே கூறலாம். எதனை, எங்கு, எவ்வாறு என்பதைப் பொறுத்து லயம் என்ற சொல்லின் அர்த்தத்தை கையாள வேண்டும்.

"ஆலயம் தொழுவது சாலவும் நன்று" என்பது ஆன்றோர் முது-மொழி. ஆலயம் என்றால் என்ன? 'ஆ' என்பது ஆன்மா என்றும் லயம் என்பதற்கு சேருவதற்குரிய இடம் என்றும் பொருள். எனவே ஆலயம் என்பதற்கு ஆண்டவன் திருவடியில் ஆன்மா லயித்திருப்பதற்-குரிய இடம் என்று பொருள் கொள்ளலாம். வெளிப்புறத்தில் செல்லும் மனதில் தோன்றும் எண்ணங்களை உட்புறமாக திருப்பிவிடும் வகையில் ஒவ்வொரு ப்ராகாரமாக கடந்து உள்ளே கருவறைக்குள் சென்று இறை-வடிவத்தை மங்கிய விளக்கொளியில் எல்லாவற்றையும் மறந்து மனதை ஒருமைப்படுத்தி இறைவனை வணங்குவதுபோல், வெளிப்புறம் செல்லும் நம் மனதின் எண்ணங்களை நிறுத்தி மனதைக் கடந்து நம் இதயத்தில் உறையும் ஆன்மாவை இறையாக உணருவதே லயம். இறையுடன் ஒன்-றிய அந்த லயம்தான் முக்திக்கு வித்து.

"அணுவுள் அவனும் அவனுள் அணுவும் கணுவற நின்ற கலப்பு" நிலையே லயம்.

"நாதம் என்ற நாதனை நாடி, நாளும் நம்முள் நாதத்தை அறிந்து, நாதமும் நாதனும் ஒன்றாகி ஓம்கார நாதனாக" உணர்வதே லயம். கடலில் கலந்திடும் நதிபோல, இந்த நிலையில் தன்னுணர்வு, தூய உணர்வில் கரைந்துவிடுகி-றது.

இந்த நிலையை, திருமூலர்

> *"சிவனென்ன சிவனென்ன வேறில்லை*
> *சீவனார் சிவனாரை அறிகிலர்*
> *சீவனார் சிவனாரை அறிந்த பின்*
> *சீவனார் சிவன் ஆயிட்டிருப்பரே"*

என்கிறார்.

மனத்தின் அழிவு (மனோ நாசம் - மனதை கடத்தல்)

"சரி, மனம் என்ற இணைப்புப் பாலம் துண்டிக்கப்பட்டால் உடல் வேறாக ஆன்மா வேறாக இருக்கும் நிலையை இந்த உடலிலேயே உணர்வது தான் ஜீவன் முக்தி நிலை என்பது புரிகிறது. ஆனால், நம் அனுபவம், சிந்தனை எல்லாம் மனம் என்ற கருவியைக் கொண்டே நடக்கிறது அல்-லவா. முக்தி நிலை மனங்களைக் கடந்த நிலை என்பதால் மனதிலிருந்து வரும் சிந்தனைகளாலோ சொல்லாலோ எழுத்தாலோ விவரிக்க இயல்-வதில்லை என்றும் கூறிகிறீர்கள். அப்படியென்றால் என்னதான் செய்-வது?" - இது நம்மிடமிருந்து வரும் நியாயமான கேள்வி.

"அடிமேல் அடி வைத்தால் அம்மியும் நகரும். முயற்சி திருவினை-யாக்கும்" என்றெல்லாம் பழமொழிகளைக் கற்றோமே சிறு வயதினில், மறந்து விட்டோமா? மனத்தை அழிக்க முடியும்; மனம் அழிய பயிற்சி எடுப்பது ஒன்றே வழி. மனம் அழியக் கற்பதற்கு குருவின் வழிகாட்டல் இன்றியமையாதது.

ஐந்தாம் அத்தியாயம் கூறுவது

ஆழ்நிலை ஆன்மாவின் நேரடி அனுபவத்தில், உணரும் உபகரணங்-களையும், உரைப்பட்ட அனுபவ உலகத்தையும், தன்னுணர்வினையும் கலப்பதனை/கரைப்பதனையே லயம் என்ற சொல்லால் வெளிப்படுத்-துகிறார் அஷ்டாவக்ர முனிவர். அது உடல் உணர்வின் முடிவுடன்

தொடங்கி, பின்னர் படிப்படியாக அது தேடுபவரை தெய்வீக ஆன்-மாவின் ("கைவல்ய") முழுமையான தனிமையின் அனுபவத்திற்கு அழைத்துச் செல்கிறது.

குரு அஷ்டாவக்ர முனிவர், இந்த அத்தியாயத்தில் தன்னுணர்வை கலைத்திட/கரைத்திட நான்கு வழிமுறைகளை கோடிட்டுக் காட்டுகிறார். அவைகள் முறையே:

1. முதல் ஸ்லோகத்தில் துறவின் இலக்கணமறிதல்.
2. இரண்டாவது ஸ்லோகத்தில் ஆன்மாவை அனைத்திலும் காண்பது,
3. மூன்றாவதில் அண்டங்களனைத்தையும் மாயையென உணர்வது,
4. நான்காவதில் நம் உள்ளும் புறமும் நம்மை பாதிக்காமல் இருப்பது

ஒவ்வொரு ஸ்லோகமும், "ஏவ லயம் ' வ்ரஜ" – "என ஒன்றிடு-வாய் இறையுடனே" என்ற சொற்றொடருடன் முடிகிறது.

༄

ஸ்லோகங்கள்

அஷ்டாவக்ர முனிவரின் அறிவுரைகள்

உறவுகளேது மில்லை எதனிடமும்
உனக்கு துறவு இச்சை பின் எதனிடம்?
உடல் உள உறவுதனை விடுத்திட்டு
தூயவனே ஒன்றிடுவாய் இறையுடனே !! 5.1

༄

பரவை*தனில் நீர்க் குமிழியென
பரந்த உலகம் உன்னில் எழுமென
அறிந்து ஒருமையான ஆன்மாவென
ஒன்றிடுவாய் இறை யுடனே!! 5.2

(*தமிழில் பரவை என்றால் பெரும் நீர்ப்பரப்பு அல்லது கடல் எனப்
பொருள் படும்).

❧

அரவு தோன்றிடும் கயிற்றினில் - அதுபோல்
அகிலம் தோன்றிடும் உன்னுள்ளே மாசிலனே!
அவ்வுலகு மெய்யல்ல என ஒன்றிடுவாய் இறையுடனே!! 5.3

❧

இன்பத்தில் துன்பத்தில்
எதிர்பார்ப்பில் ஏமாற்றத்தில்
வாழ்வதனில் சாவதனில்
சமம் காணும் முழுமையென
ஒன்றிடுவாய் இறை யுடனே !! 5.4

❧

6

ஒருமையான நான்

முகவுரை

தூய உணர்வான இருக்கும் ஆன்மாவின்மீது அறியாமையால் கற்-பிக்கப்பட்டு, உடல் மன வளாகத்துடன் இணைந்து அடையாளம் காட்-டப்படும் சீவன் எனும் தன்னுணர்வு, இறையருளாலும், குருவின் அரு-ளுரைகளாலும் அடைந்த மெய்ப்பொருள் அறிவால் அழிக்கப்படும் போது, இருமையெனும் தடைகள் அனைத்தும் கலைந்து, எல்லையற்ற தூய உணர்வு என்ற ஒருமை மட்டுமே இருக்கிறது.

அதாவது, அறியாமையால் பருநிலையில் தனிமனித இருப்பு போல காட்சியளிக்கும் ஜீவாத்மாக்கள் எனும் சீவன்கள், அறிவால் அழிக்கப்-பட்டு, அண்டங்களனைத்திலும் நிலையாக நிறைந்திடும் ஒருமையான தூய உணர்வாக, ஆன்மா எனும் ப்ரம்மனாக, பரம்பொருளாக, சிவனாக நுண்ணிய உயர்நிலையில் இருக்கிறது.

"நம்முடைய ஆத்மஸ்வரூபமே நித்யமுக்த ஸ்வரூபம். பந்தம் ஒரு மாயா கல்பிதம் (மாயையால் கற்பிக்கப்பட்டுள்ளது). பந்தத்தை ஆத்ம-அனாத்ம விவேகத்தினால் நீக்க வேண்டும். அந்த ஆத்மாவை விசாரம் செய்து அறிய முடியாது. எவைகள் ஆத்மா இல்லையோ, அவைகளை விசாரம் செய்து அறிந்துணர்ந்தால், ஸ்வயம் ப்ரகாஸமாக (அருட் பெரும் ஜோதியாக) ஆத்மா தன்னைத் தானே வெளிப்படுத்தும்" என்கிறார்

"

சுவாமி ஓம்காரானந்தா.

பகவான் ரமணரின் "உள்ளது நாற்பது" எனும் படைப்பில் ஒரு விளக்கம்:

> "தான் உருவம் ஆயின், உலகு பரம் அற்று ஆம்;
> தான் உருவம் அன்றேல், உவற்றின் உருவத்தை
> யாவன் கண் உறுதல்? எவன்?
> கண் அலால் காட்சி உண்டோ?
> கண் அது தான், அந்தம் இலா கண்".

தன்னை ஒரு வடிவமாக கண்டால், உலகமும் கடவுளும் அப்படியே இருக்கும்; காண்பது, கண்ணைத்தவிர (காணும் உணர்வைத்தவிர) வேறு எதுவாக இருக்கமுடியும்? எனவே வடிவங்களை ஒரு கண் அல்லது விழிப்புணர்வால் மட்டுமே கண்டு உணர முடியும். தான் ஒரு வடிவமாக இல்லாவிட்டால், அவ்விருவரின் (உலகம், கடவுள்) வடிவங்களை யார், எப்படி பார்க்க முடியும்? அப்படிக் காண்பது "அந்த கண் தான்" அதா-வது தூய எல்லையற்ற உருவமற்ற கண்ணான ஆன்மா எனும் தூய இருப்புணர்வான பரம்பொருள். "அந்த கண்ணால்" அனைத்தையும அறிந்துணர்ந்து, தளைகளனைத்திலும் இருந்து விடுவிக்கப்பட்ட ஞானி, தன்னை ஒரு சாட்சியாக மட்டுமே, தன்னுள்ளும், தாவர ஜங்கமம் எனும் அசையும் அசையாத பொருட்கள்/விஷயங்கள் அனைத்துள்ளும், அனைத்தின் அடி மூலக்கூறாகப் பார்க்கிறார்.

> "உணர்வு இல்லார்க்கு, உள்ளார்க்கு உலகு உண்மை
> ஆகும்.
> உணரார்க்கு உண்மை உலகு அளவு ஆம்;
> உணர்ந்தார் உண்மை உலகினுக்கு ஆதாரமாய் உரு
> அற்று ஆரும்.
> ஈது இவர்க்கு பேதம் ஆகும்".

என்று பகவான் ரமணர் ஞானிக்கும் அஞ்ஞானிக்கும் உள்ள பேதத்தை விளக்குகிறார்.

இப்படி நுண்நிலையில் அறிந்துணர்ந்து, பற்றிலான் பற்றினையும் விட்டுவிட்டு அனைத்தும் ஆன்மா ஒன்றே என்று முழுமையாக இருக்கும் ஜனக மஹாராஜன், திருவள்ளுவரின் கூற்றுப்படி "வரன் எனும் வைப்பிற்கு வித்து. ஏனெனில் அவன் ஓர் ஐந்தும் காக்கும் உரன் எனும் தோட்டியான்" (திருக்குறள் 24).

மன்னர் ஜனகரின் இந்த ஆற்றலை, நாலடியார்

> "மெய்வாய்கண் மூக்குச் செவியெனப் பேர்பெற்ற
> ஐவாய வேட்கை அவாவினைக் —
> கைவாய்க் கலங்காமல்
> காத்துய்க்கும் ஆற்ற லுடையான்"

என்று விளக்குகிறது.

அத்தகைய ஆற்றலுடன் தனை அறிந்த நிலையில் தோட்டியானாக இருக்கும் ஜனகன், ஆசான் அஷ்டாவக்ர முனிவர் முந்தைய அத்தியாயத்தில், அறிவுறுத்திய இறையுடன் ஒன்றிட (லயித்திட) நான்கு வழிமுறைகளைக் கேட்டபின், தன் ஆசானிடம், நான்கு ஸ்லோகங்கள் வழியே, வேதாந்தத்தில் அடிக்கடி உபயோகப்படுத்தப்படும் நான்கு உவமேயங்களை எடுத்துக் காட்டி "நானே மனமழிந்த அந்த ஒருமை நிலையாக இருக்கும் பொழுது, ஒன்றிடுவது/லயித்திருப்பது என்ற நிகழ்வுகளுக்கு இடமே இல்லை. இதை அறிந்தபின் விடுப்புக்கும் ஒன்றிடவும் ஒன்றுமில்லை" என்று திட்டவட்டமாக தனது நிலையை எடுத்துரைக்கிறார்.

> "தன்னை அழித்து எழுந்த தன்மயானந்தருக்கு
> என்னை உளது ஒன்று இயற்றுதற்கு?
> தன்னை அலாது அன்னியம் ஒன்றும் அறியார்;
> இன்னது அவர் நிலைமை என்று உன்னல் எவன்?"

என்று பகவான் ரமணரின் "உள்ளது நாற்பது" கூறுவதும் இதே.

கற்றலின் கேட்டல் அரிது என்பது நமது மூதாதையர்களின் ஆணித்தரமான கருத்து. கற்றறிவதில் குரு-சிஷ்ய விவாதங்கள் முக்கியமான பங்கு வகிக்கின்றன என்பது இக்காலத்திலும் நாம் காணும் உண்மை.

நுண்மையான கருத்துக்களை, எளிமையாக விளங்க வைக்க வேண்டு-
மெனில், குரு-சீடர் இருவர் உரையாடலைக் கேட்பது அவசியம் என்று
ஆதி சங்கரர் தனது பகவத் கீதை விளக்கவுரையில் கூறுகிறார்.

அத்வைத வேதாந்தத்தின் அதிஉயர் தத்துவப் பரிமாற்றங்கள் இந்த
அஷ்டாவக்ர முனிவர் - ஜனகருக்கிடையேயான இந்த உரையாடல்கள்.
ஆறாவது அத்தியாயம் இதனின் எடுத்துக்காட்டு.

❧

ஸ்லோகங்கள்

ஜனகர் கூற்று

முடிவிலா வெளியன்றோ நான்!
குடமுறை வெளிதானே அகிலம்! - இந்த
அறுதி உண்மை அறிந்தபின் ஏதும் உளதோ
விடுப்பதற்கும் ஒன்றிடுவதற்கும்!! 6.1

❧

ஆழ்பெருங் கடலன்றோ நான்!
அழிந்திடும் அலையன்றோ அகிலம்! - இந்த
அறுதி உண்மை அறிந்தபின் ஏதும் உளதோ
விடுப்பதற்கும் ஒன்றிடுவதற்கும்!! 6.2

❧

கடல்கண்ட முத்துச்சிப்பி யன்றோ நான்!
கானல் வெள்ளியன்றோ அகிலம்! - இந்த
அறுதி உண்மை அறிந்தபின் ஏதும் உளதோ
விடுப்பதற்கும் ஒன்றிடுவதற்கும்!! 6.3

❧

அனைத்திலும் நான் அனைத்தும் என்னுள்ளே !

அறுதி உண்மை அறிந்தபின் ஏதும் உளதோ
விடுப்பதற்கும் ஒன்றிடுவதற்கும்!! 6.4

7

அமைதியான ஆன்மா

முகவுரை

அஞ்ஞானிகளான நமக்கு, உலகம் சூரிய மண்டலத்தில் உள்ள சுழலும் ஒரு கோளம் மட்டுமல்ல, அது நமக்கு புறநிலை யதார்த்தமும் கூட. நமக்குள் நடப்பதின் கூட்டு, நமக்கு ஆர்வமானது, நம்முடன் உறவு கொண்டது மற்றும் நமது புலனுணர்வு மற்றும் அறிவாற்றல் அனுபவத்தின் இடத்திற்கு நம்மை இட்டுச்செல்வது என்றெல்லாம் உலகத்தை வர்ணிக்கலாம். எனவே அதை நம் நனவின் ஒருங்கிணைந்த பகுதியாக ஏற்றுக்கொள்வது மட்டுமல்லாமல், உணர்ச்சி ரீதியாகவும் நினைவு ரீதியாகவும் அதனுடன் இணைந்து அதை நமது நீட்டிக்கப்பட்ட ஒரு பகுதியாகவே அடையாளம் காணவும் நாம் நிபந்தனைக்குட்பட்டுள்ளோம். இப்படி உலகிலிருந்து நாம் உதயம் என்கிறது அறிவியல். இந்த அறிவு புலனறிவுப் பாடம்.

உலகிலிருந்து நாம் உதயம் என்பது அறியாமை; நம்மிலிருந்தே உலகம் உதயம் என்கிறது வேதாந்தம். இது மெய்யறிவுப் பாடம். அறியாமையால் நாம் கொள்ளும் இந்த உலகப் பற்றே தான் பிரச்சனை. அதன் காரணமாக, உலகில் நடக்கும் நிகழ்வுகளால் நாம் இன்பம்-துன்பம், பிறப்பு-இறப்பு, ஆதாயம்-இழப்பு போன்ற இருமைகளால் அல்லலு

றுகிறோம்என்கிறது வேதாந்தம்.

இப்படி புலன்றிவால் உந்தப்பட்டு நான்-உலகம் என்ற இருமையுடன் உலகைப் பார்க்கும்போது இந்த அத்தியாயத்தின் கூற்றுகள் அனைத்தும் அர்த்தமற்றவைகளாகவே காணப்படும். ஜனகரின் இந்த கூற்றுகளை ஏற்றுக்கொள்வதற்கு, நாம் ஜனக மஹாராஜனைப்போல அத்வைத வேதாந்தத்தில் உயர்நிலையில் இருந்து, அஷ்டாவக்ர முனிவரின் (ஞான யோகியின்) சாட்சியத்தை நம்ப வேண்டும், அல்லது இருமை இல்லாத ஒருநிலை உணர்வு நிலையில் நுழைந்து நேரடியாக (பிரத்யக்ஷா) அனு-பவிக்க வேண்டும்.

நம் தன்னுணர்வுக்கும் நம் தூய உணர்விற்கும் இடையிலே, உறவு,பந்தம், விருப்பு, வெறுப்பு, போன்ற இருமையெனும் மாசு படிந்த இந்த உலகம் அல்லது அதன் பிரதிபலிப்பு இருப்பதால் நனவு நிலையில் நமக்கு நம்மையும் மற்றும் உலகத்தையும் சரியாகப் புரிந்து கொள்ள இயலவில்லை. புரிந்து கொள்வது நம் கையில். அறிந்து புரிந்து கொள்ள வேண்டும் என்ற திட மன உறுதியுடன் ("ஜிக்ஞாஷம், முமுக்ஷூத்வம்") குருவின் அறிவுரைகளைக் கேட்ட்டறிந்துணர்ந்தால், முழுமையான ஒரு-மையெனும் பேரின்ப நிலையாக இருந்திடுவோம். அந்த நிலையில் நமது நனவு நிலை உணர்வு கலைந்து தூய உணர்வில் ஒன்றிடும்.

இந்த அத்தியாயத்தின் ஐந்து ஸ்லோகங்களில் கூறப்படுவது முற்றி-லும் இருமையற்ற தரிசனமாகும். இதில் ஒருவர் தூய இருப்புணர்வான ஆன்மாவிடம் முழுமையாக உள்வாங்கப்பட்டு, எல்லாவற்றிலிருந்தும், ஒவ்வொரு பொருள், கருத்து, இயக்கம், கிளர்ச்சி, உணர்வு, சிந்தனை, மனம், நினைவகம், புலன் மற்றும் உணர்வு ஆகியவற்றிலிருந்து விலகி இருந்தால்தான் ("நாடி நரம்புகளில் ஊறி" என்று நடைமுறையில் கூறு-கிறோமே, அதுபோல) இந்த ஸ்லோகங்களல் கூறப்படும் எல்லையற்ற அமைதியையும் தூய்மையான நிலையையும் அனுபவிக்க முடியும். அந்த நிலையை வார்த்தைகளால் வர்ணிக்க இயலாது. எனினும் அஞ்ஞானி-களான நமது அறிவிற்காக, இந்த அத்தியாயத்தில் அந்த நிலையை வார்த்தைகளால் வர்ணிக்க ஜனகர் முயல்கிறார் என்றே நாம் எடுத்துக்-கொண்டு, ஆத்ம விசாரம் புரிந்திட நமக்கு கொடுக்கப்பட்ட ஒரு வரப்-ரஸாதம் என்று உணர வேண்டும்.

ஸ்லோகங்கள்

ஜனகரின் கூற்று

கரையிலா கடலாம் என்னில்
கலமெனும் உலகம் அங்குமிங்கும்
அலைகிறது தன்னியல்பென காற்றடித்து!
சகித்திடுவேன் பொறுமையுடன் நான் !! 7.1

∽

கரையிலா கடலாம் என்னில்
அலைகளென உலகு தன்னியல்பால்
எழுந்து அழிகின்றது! எனினுமெனக்கு
பெருக்கோ குறைவோ ஏதுமில்லை !! 7.2

∽

கரையிலா கடலாம் என்னில்
கற்பனை மாயமே இவ்வுலகம்!
வடிவிலா ஆழ் அமைதியே நான்!
எனது இருப்பு இவ்வறிவில் மட்டுமே !! 7.3

∽

பொருளிலோ பொருளோ இல்லை
மாசிலா முடிவிலா ஆன்மா என்பதனால்
ஆசை பற்று ஏதுமிலா அமைதியே நான்!
எனது இருப்பு இவ்வறிவில் மட்டுமே !! 7.4

∽

மாசிலா உணர்வன்றோ நான் !
மந்திர ஜாலமன்றோ இவ்வுலகம்!

வேண்டுதல் வேண்டாமையெனும் கற்பனை
எவ்விடம் எங்கணம் பின் என்னுள்ளே? !! 7.5

8

தளையும் விடுதலையும்

<hr>

முகவுரை

அறிவைப் பெறுவது எங்கனம், முக்தியை அடைவது எப்படி, பற்-
றின்மை அடைவது எவ்வன்னம் என்று கற்பிக்க வேண்டும் ஆசானே
என்று அஷ்டாவக்ர முனிவரிடம் சரணடைந்து, முனிவரின் அறிவுரை-
களைக் கேட்டறிந்து, ஆய்ந்து, பின் அவரிடம் விரிவாக உறையாடிய
ராஜரிஷி ஜனகர், முந்தைய அத்தியாயத்தில், நிலையான, நிறைவான,
அமைதியான, பேரின்பமான தூய இருப்புணர்வு எனும் ஒருமை தான்
நான் எனும் ஆன்மா என்று ராஜரிஷி ஜனகர் மிகவும் அழகாக ஆன்-
மாவின் தன்மைகளைப் பற்றி தான் அறிந்தாய்ந்தவற்றை உவமானங்க-
ளுடன் எடுத்துரைத்தார்.

இந்த அத்தியாயத்தில், முனிவர் அந்த ஆத்ம ஞானத்தால் உணர்ந்-
திடும் பேரின்ப நிலை, பெரும்பான்மையான மனிதர்களுக்கு ஏன் மறுக்-
கப்படுகிறது என்ற தர்க்கரீதியான சந்தேகத்தை விவாதத்திற்கு எடுத்துக்-
கொண்டு, இந்த அத்தியாயத்தில் அடுத்த இரண்டு பகுதிகளான பந்தம்,
முக்தி என்ற தத்துவங்களை அறிந்து கொள்ள தனது அறிவுரைகளைத்
துவங்கிகிறார்.

பந்தம், முக்தி இரண்டுமே மனதின் நிலைகள். மனதை நெறிப்படுத்த வேண்டும். உலகில் உள்ள எந்தப் பொருளைப் பெறுவதன் மூலமோ அல்லது அதனைத் துறப்பதன் மூலமோ ஒருவர் விடுதலை(முக்தி) பெற முடியாது. உண்மையில் "விடுதலை" என்பது நாம் பெற வேண்டி-யதோ அல்லது அடையக்கூடியதோ அன்று. நமது இயல்பே சுதந்திர-மான தூய உணர்வு. நாம் எப்பொழுதும் விடுதலை பெற்றவர்கள்தாம். ("நித்ய முக்தா"). அறியாமையால் இந்த நிலையை நாம் அறிந்துணர முடியவில்லை.அவ்வளவுதான்!

அன்றாட நடைமுறை வாழ்வில், கருப்பையிலருந்து வெளி வந்த உடனேயே, அடைபடாமல் வெளியேறுவதே சுதந்திரம் என்ற இயல்பை வளர்த்துக் கொண்ட நமக்கு, உடல், மன வளாகம் (நமது பொறி, புலன்-கள், மனம், புத்தி, சித்தம், அஹங்காரம் அடங்கியவை) கூட இயல்-பாக வெளி நோக்கு உடையவை. நமது புலன்களும் அவ்வாறே வடி-வமைக்கப்பட்டுள்ளன. உடல், வாக்கு, மனம் அனைத்திலும் சுதந்திரம் நாடி, உலகுடன் உறவாடுகிறோம். அதனால் விளையும் இன்ப துன்பங்-களை அனுபவிக்கிறோம். கவிஞர் கண்ணதாசன் கூறியபடி "அடி என்-னடி உலகம் இதில் எத்தனை கலகம்! பந்தம் என்பது சிலந்தி வலை, பாசம் என்பது பெரும் கவலை, சொந்தம் என்பது சந்தையடி, இதில் சுற்றம் என்பது மந்தையடி!" என்று நம் தனிப்பட்ட சுதந்திரத்தை தேடி, அலைந்து அடைய தணியாத வேட்கை நமக்கு.

சரி, வேதாந்தம், நமது இந்த சுதந்திரத்தைப் பற்றி என்ன சொல்கிறது என்பதைப் பார்ப்போம். பொருள்கள் நிறைந்த, பொருள் சார்ந்த உலகை அடையாளம் கண்டு மனம் விரைந்தோடி, அவைகளை நுகர்ந்து/நுகர்வ-தற்கு, ஆசை கோபம் களவு கொண்ட பேசத்தெரிந்த மிருகமாகி, அன்பு நன்றி கருணை கொண்ட தெய்வீகத் தன்மைகளை மறந்து, இன்ப-மெங்கே, இன்பமெங்கே என்று தேடி, மயங்கி, கலங்கி, மனதிலே குழம்பி, கருப்பை முதல் கல்லறை வரை பாடுபட்டு போராடி, ஆடி அடங்கும் வாழ்க்கையடா, ஆறடி நிலமே சொந்தமடா என்று அல்லலுற்று, புல்-லாய், பூண்டாய், புழுவாய், மரமாய் என மறுபிறவியை எதிர்பார்த்து மறைகிறோம். இதுதான் பந்தம், இது தான் தளை; இதனிலிருந்து பெறும் விடுதலைதான் முக்தி என வேதாந்தம் தெளிவாக்க் கூறுகிறது.

எனக்கு முக்தி/விடுதலை வேண்டும் என்றால் நான் ஏதோவொன்-
றால் பிடிக்கப்பட்டிருக்கிறேன் (தளையுற்றேன்) அல்லது பிணைக்கப்பட்-
டிருக்கிறேன் என்று அர்த்தம். இவை இரண்டுமே நமது உடல் மன
புத்தி வளாகத்திலிருந்து வெளிப்படுவது. காலம், இடம், காரணம் எனும்
மூன்று கலவைகளை முலாமாகப் பூசிய மாயக் கண்ணாடி வழியாக,
இடைவிடாது வெளி நோக்கும் பொறி புலன்கள் கொண்டு, நுகரும்
பொருட்களும் உலக அனுபவங்கள் அனைத்தும்தான் நம் எண்ணங்-
களின் ஓட்டம். அந்த எண்ணங்களின் ஓட்டமே நமது மனம். அந்த
எண்ணங்கள் வெள்ளப் பெருக்கென நம்மில் பாய்ந்தால், மனம் கட்டுக்-
கடங்காமல் போகும்.

> *"பந்தம் என்பது அறியாமை, ஆசை மற்றும் சமத்துவ-*
> *மின்மை எனும் மூன்றால் பிண்ணப்பட்ட ஒரு சங்கிலி. ஒவ்-*
> *வொன்றும் அடுத்ததுக்கு இட்டுச் செல்லும்-ஒரு சுழற்சியில்*
> *நம்மை காலவரையின்றி பிணைக்கிறது"*

என்று சுவாமி விவேகானந்தார் கூறுகிறார்.

மனித அனுபவத்தின் அடிப்படை கூறுகள்- உடல் நிலையில் பிறப்பு,
நோய், முதுமை, இறப்பு ("ஜன்ம ம்ருத்யு ஜரா வ்யாதி") ; உளவியல்
மட்டத்தில் மன அழுத்தம், பதட்டம் மற்றும் அந்நியப்படுதல். கடந்த
காலத்தின் வலிமிகுந்த நினைவுகள், எதிர்காலத்தைப் பற்றிய கவலை
நிறைந்த நிச்சயமற்ற தன்மை ஆகியவற்றால் வாழ்க்கையில் அனுபவிக்-
கும் விரைவான அவ்வப்போது மகிழ்ச்சி கூட விரைவினில் மறைகிறது.
உலகத்தை "நிலையற்ற மகிழ்ச்சியற்ற உலகம், துன்பம் நிறைந்தது
என்று கீதையில், ஸ்ரீ கிருஷ்ணர் (9. 33, 8.15) கூறுகிறார்.

அப்படியென்றால் நாம் வாழும் வாழ்வே மாயமா, வெறும் கதையா,
கடும் புயலா, வெறும் கனவா, நிஜமா என்ற ஐயப்பாடு நம் மனதில்.
இவை அனைத்தும் கனவில் நடப்பவைதான்; இதில் எதுவுமே உண்மை
இல்லை என்பதுதான் நல்ல செய்தி. மோசமான செய்தி என்னவென்-
றால், நமக்கு இந்த கனவு முடிவதில்லை, தொடர்கிறது; இதையும்-
விட மோசமான விஷயம் என்னவென்றால், நாம் கனவுதான் காண்-
கிறோம் என்பது கூட பெரும்பாலானவர்களுக்குத் தெரியாது. அப்படி

கனவு காண்பவர் விழிக்காத வரை, கனவு நிஜமாகவே இருக்கும். மனித இருப்பின் குறைபாடுள்ள தன்மைக்கு உணர்திறன் உள்ளவர்களுக்கு இந்தக்கனவு தாங்க முடியாத வேதனையாகிறது. இதுவே நமது தற்போதைய வாழ்க்கையின், நமது தற்போதைய அனுபவத்தின் உண்மை.

அதிர்ஷ்டவசமாக, இது ஒரு கீழ்நிலை உண்மை. இதனை ஒரு உயர்ந்த உண்மையால் வெல்ல முடியும்; நமது கனவிலிருந்து விழித்துக் கொள்ள முடியும். அப்படி விழித்துக்கொள்வது ஒரு பிழையிலிருந்து உண்மைக்கு மேற்கொள்ளும் பயணம் அல்ல. ஒரு உண்மையிலிருந்து மற்றொரு உண்மைக்குப் பயணம். அதாவது "நான் இப்படியானவன் ஆனால் இப்படியாக இருக்கிறேன்" என்ற கீழ்நிலை உண்மையிலிருந்து "நான் இப்படியானவனே வேறெந்தவகையிலும் இல்லை" என்ற உயர்ந்த நிலைக்குப் பயணம். அந்தப் பயணத்தின் முடிவில் உண்மையை உணர்ந்தால் இந்த பந்தத்திலிருந்து விடுதலை என்கிறார் சுவாமி விவே-கானந்தர்.

இதற்கு, தற்போது நாம் யார் என்ற அறிவும், உண்மையில் நாம் யார் இல்லை என்பதை உணரும் நுண்ணறிவும் நமக்குத் தேவை. ஆன்-மாவைப் பற்றிய நமது தற்போதைய அறிவு, மன புத்தி வளாகத்தால் (அகங்காரத்தால்) பிரதிநிதித்துவப்படுத்தப்படும் நமது தற்போதைய 'நான்' ஒரு பழுக்காத நான். இது "கீழ் நிலை நான்". இந்த நுண்ணறிவை நாம் ஒருபோதும் விட்டுவிடவில்லை என்றால், தகுதியான ஆசிரியரின் (குரு) வழிகாட்டுதலின் மூலம் விழித்தெழுந்து, சுதந்திரமான, அழியாத மற்றும் தெய்வீக இருப்பின் உண்மையான அடையாளத்தைக் கண்டு உயர்ந்த நிலை நான் எனும் ஆன்மாவை, அதாவது "உண்மையான நானை" அறிந்துகொள்ள முடியும். அப்படி விழித்தெழுந்து நமது இருப்-பின் உண்மையான அடையாளத்தைக் கண்டு அறிய அறிய, 'பழுக்காத-நான்' படிப்படியாகப் பழுத்து, அறிவு அதன் உச்சக்கட்டத்தை அடையும் போது, அந்த "நான்" முழுதும் பழுத்து உதிர்ந்து விடுதலை கிட்டும்.

"பார்க்கப் பார்க்க வுன்னுளே
பரம ஞானம் பூக்குமே
பார்க்கு மறிவைப் பார்க்கவே
பழகிப் பழகி வெற்றிகொள்

,,

என்கிறார் அருணாசல ஆஸ்ரமத்தின் சாது ஓம் அவர்கள்.

ஆக, வேதாந்தத்தில் முற்றிலும் எதிர்மறையான கருத்து. உடல் மன புத்தி வளாகத்தால் சுதந்திரம் என்று நாம் நினைக்கும் வெளிநோக்கு நிலைதான் தளை;நம்மைக் கட்டும் பந்தம். உடல் மன புத்தி வளா-கத்தை நெறிப்படுத்தி உள்நோக்க வைத்து அந்த உடல் மன வளாகத்-தைக் கடப்பதே நமக்கு விடுதலைக்கு வழி என்கிறது வேதாந்தம்.

இந்த வேதாந்தக் கருத்தை பிரதிபலிப்பதே இந்த அத்தியாயம்.

෴

ஸ்லோகங்கள்

அஷ்டாவக்ர முனிவரின் கூற்று

எப்பொழுது எதிலேனும் மனம்
ஆசையோ துயரோ அடைந்தால்,
வேண்டுதல் வேண்டாமை கொண்டால்,
மகிழ்வோ சினமோ அடைந்தால்
அப்போழுதே அதற்கு பந்தமெனும் தளை!! 8.1

෴

எப்பொழுது எதிலேனும் மனம்
ஆசையோ துயரோ அடையவில்லையோ,
வேண்டுதல் வேண்டாமை இல்லையோ,
மகிழ்வும் சினமும் தவிர்த்தாலோ
அப்போழுதே அதற்கு விடுதலையெனும்முக்தி !! 8.2

෴

எப்போது மனம் ஏதேனும் புலனறிவில்

இணைகிறதோ அப்போதே பந்தம்!
எப்போது மனம் அனைத்து புலனறிவையும்
நீக்குகிறதோ அப்போதே மோக்ஷம் !! 8.3

எப்பொழுது நான் இலனோ அப்பொழுதே முக்தி
எப்பொழுது நான் உளனோ அப்பொழுதே பந்தம்
இதை அறிந்துணர்ந்து வேண்டுதல் வேண்டாமைதனை
விளையாட்டாகவும் ஏற்காதே விடுத்திடு !! 8.4

9

சார்பு கெட ஒழுதல்

முகவுரை

எட்டாவது அத்தியாயத்தில், உடல் மன புத்தி வளாகத்தால் சுதந்தி-ரம் என்று நாம் நினைக்கும் வெளிநோக்கு நிலைதான் தளை; நம்மைக் கட்டும் பந்தம். எனவே உடல் மன புத்தி வளாகத்தை நெறிப்படுத்தி உள்நோக்க வைத்து அந்த உடல் மன வளாகத்தைக் கடப்பதே நமக்கு விடுதலைக்கு வழி என்று ஜனகரிடன் உரையாடி அறிவுரை வழங்கினார் அஷ்டாவக்ர முனிவர்.

இப்பொழுது இந்த ஒன்பதாவது அத்தியாயத்தில், மனதை நெறிப்ப-டுத்த "நிர்வேதம்" எனும் மனப்பக்குவத்தை வளர்த்திட வேண்டும் எனப் பரிந்துரைக்கிறார். வேதாந்தத்தில், நிர்வேதம் என்ற சொல், பொருள் சார்ந்த உலகம் மற்றும் அதன் நிலையற்ற இன்பங்கள் மீதான ஆர்வ-மின்மை அல்லது அக்கறையின்மையின் ஆழ்ந்த உணர்வை குறிப்பது. இது அலட்சியம் அல்லது அக்கறையின்மை அல்ல, மாறாக உலக நோக்கங்களின் நிலையற்ற தன்மை மற்றும் வரம்புகளை ஒருவர் அங்-கீகரித்து, ஆன்மீக அல்லது ஆழ்நிலை யதார்த்தத்துடன் ஆழமான, நீடித்த தொடர்பைத் தேடும் நிலை. ஆக, நிர்வேதம் என்ற சொல், தடத்-தமாய் கருத்தற்ற நிலை எனக் கூறலாம்.

மோட்சத்தை (முக்தி எனும் விடுதலை) தேடுவதில் நிர்வேதம் இன்-றியமையாத அங்கமாகும். நம் கவனத்தை வெளி உலகத்திலிருந்து

விலக்கி, நமது உண்மையான சுயத்தை (ஆத்மா) உணர்ந்துகொள்வ-
தற்கும், இறுதி யதார்த்தத்துடன் (பிரம்மனுக்கு) அதன் ஒற்றுமையை
நோக்கியும் திருப்ப உதவுகிறது. உலக ஆசைகள் மற்றும் பற்றுதல்களில்
இருந்து இந்த ஒரு புறநிலை உணர்வையும், தெளிவையும், மன அமை-
தியையும் பெற அனுமதிக்கிறது. இறுதியில் சுய-உணர்தல் (ஆத்ம
ஞானம்) மற்றும் பிறப்பு மற்றும் இறப்பு சுழற்சியில் இருந்து (சம்சாரம்)
விடுதலைக்கு வழிவகுக்கிறது. உடலோடும், உடலின் மூலம் புலனுணர்-
வுப் பொருட்களோடும் பற்று வைப்பது, தன்னுணர்வு எனும் அகங்கா-
ரத்தை வலுப்படுத்துகிறது மற்றும் ஒருவரின் ஆன்மீக அறியாமையை
ஆழமாக்குகிறது.

இதற்கு நிவாரணம் நிர்வேதம். ஆழ்ந்து நோக்கின் இவ்வுலகமும்,
புலனுணர்வுப் பொருட்களும் மாறிடும் பஞ்ச பூதங்களே. நமது அறியா-
மையால் பிறந்த தவறான கருத்துக்கள், கற்பனை எழில்/கவர்ச்சி மற்-
றும் நியாயமற்ற மதிப்பு இவைகளால் பஞ்ச பூதங்கள் மூடப்பட்டு புலனு-
ணர்வுப் பொருட்களாக நமக்கு காட்சி அளிக்கின்றன. இதனால் நாம்
அவற்றைப் பின்தொடர்ந்து ஓடி, வலிமிகுந்த சம்சாரத்தையும் அதன்
சோகமான விளைவுகளையும. நமக்காக உருவாக்கிக் கொள்கிறோம்.
நிர்வேதமுடைய மனப்பான்மை, ஆசையை அழிப்பதில்லை; பொருட்-
களுக்கு நமது மனதில் சரியான, தேவையான மதிப்பினை கொடுத்து,
அவைகளுடைய நிலையற்ற தன்மையை நம்முள் நிலைக்க வைக்கிறது.
இதனால் நாம் அப்பொருட்களின்பின் ஓட வேண்டிய அவசியமில்லாமல்
செய்கிறது.

ஆக நிர்வேதம், சமநோக்கு, பகுத்தறிவு என்ற மூவகை முயற்சியே
முக்தி நிலைக்கான வழி. பற்றுகளின் தன்மை அறிந்து, அவைத் தரும்
மயக்கத்தை அறிந்து, அவை எப்படி நிலையான வீடுபேறினை அடை-
வதற்கு தடையாக இருக்கும் என்பதை உணர்ந்தால், பற்றுகள் எப்படி
நம்மை நிலையில்லா பிறப்பு இறப்பு என்னும் சுழற்சியில் தள்ளிவிடுகிறது
என்று உணரமுடியும். இந்த "நிர்வேதம்" என்ற தத்துவத்தை

> *"சார்புணர்ந்து சார்பு கெடஒழுகின் மற்றழித்துச்*
> *சார்தரா சார்தரு நோய்"*

என்று திருவள்ளுவர் அழகாக எடுத்துரைக்கிறார்.

"தோற்றச் சுடரொளியாய்ச் சொல்லாத நுண்ணுணர்வாய்
மாற்றமாம் வையகத்தின் வெவ்வேறே வந்தறிவாம்
தேற்றனே தேற்றத் தெளிவேளன் சிந்தனையுள்
ஊற்றான உண்ணா ரமுதே..."

என்று மாணிக்க வாசகர் இதனை மனத்தெளிவு என்கிறார்.

உனது புத்தி, மோகக் குழப்பத்தைக் கடந்து செல்லுமாயின், அப்-போது கேட்கப் போவது, கேட்கப்பட்டது என்ற இரண்டிலும் உனக்கு வேதனையேற்படாது என்று கண்ணன், கீதையிலே (2.52) அறிவுரை வழங்கியதை நினைவில் கொள்ள வேண்டும்.

வியவகாரத்திற்காக (transaction) பார்க்கலாம், கேட்கலாம், சாப்-பிடலாம்; ஆனால் அதை இன்பத்திற்காக செய்யாமலிருத்தல் வைராக்-யம். உண்மையில் ஒரு பொருளின் மீதுள்ள போகத்தை துறத்தல் என்பது அதிலிருந்து வரும் துக்கத்தை துறத்தலாகும்.

"யாதெனின் யாதெனின் நீங்கியான் நோதல்
அதனின் அதனின் இலன்"

இதுதான் நிர்வேதம். முண்ட3கோப1நிஷத3ம் கூறுகிறது:

"ப1ரிக்ஷ்ய லோகா1ன்க1ர்மசி1தா1ந் ப்3ராஹ்மணோ
நிர்வேத3 மாயான்னாஸ்த்1ய க்ருத1ஹக்ருதே1ன
(1.2.12)

'உணர்ந்த ஞானிகள், பலன் கர்மாக்களால் ஒருவன் அடையும் இன்பங்கள், இம்மையிலும், தேவலோகத்திலும், தற்காலிகமானவை, துன்பம் கலந்தவை என்று புரிந்து கொண்டு வேத சம்பிரதாயங்களைத் தாண்டிச் செல்கின்-றனர்.'"

"பற்றற்ற கண்ணேண பிறப்பறுக்கும் மற்று

நிலையாமை காணப் படும்.”

இந்த அத்தியாயத்தின் எட்டு ஸ்லோகங்களின் சாரம் இதுதான்.

❧

ஸ்லோகங்கள்

அஷ்டாவக்ரர் அறிவுரை

கடமை எதிர்மறை இருமை இவைதனைப் புரிவதும் விடுவதும்
எவருக்கென்றும், எப்போது முடியுமென்றும் அறிந்திடவே
முழுமையான விசாரணைதனைப் புரிந்திட்டு புலனுணர்வுப்
பொருள்தனிலே அக்கறையின்றி மறை வரைந்த
வினைகளையும் விடுத்திட்டு அர்ப்பணிப்பாய் துறவுதனில் !! 9.1

❧

மானிடரின் வாழ்வதனைக் கண்டுகொண்டு
வாழ்வில் ஆர்வம், அனுபவிக்கும் ஆசை,
ஆழறிவின் பசி இவைதனை அழித்திட்ட
பாக்கியவான் அரிதன்றோ என் மகனே!! 9.2

❧

நிலையிலா சாரமிலா முத்தாப மாசுடை இவ்வுலகம்
நிந்தித்து நிராகரிக்க உரியதென உறுதியுடனறிந்து
நிறைவான அமைதியினை அடைகின்றான் ஞானி!! 9.3

❧

எங்கே மனிதனுக்கு எதிர்மறை இருமைகள் இலவோ
அங்கே காலமென்பதென்ன வயதென்பதென்ன!
அவைகளை அறுதியிட்டு விடுத்திட்டு, விதித்திட்ட

வரவுதனில் திருப்தியுடன் நிலைப்பவனே பூரணன்!! 9.4

மாஞானியர், துறவியர் யோகியர்
மாறுபட்ட கருத்துடையோர் எனக்
கண்டதனால் தடத்தமாய் கருத்தற்ற
அமைதி அடையாதார் எவருளரோ ? 9.5

தூய உணர்வின் உண்மை இயல்பினை அறிந்து
தடத்தமாய் கருத்தற்று சமநிலை பகுத்தறிவுடன்
உழலும் பிறவிப்பிணி தீர்ப்பவன் ஆசான் அன்றோ!! 9.6

காணும் பஞ்சபூதங்களின் மாற்றங்கள்
யாவும் பஞ்சபூதங்கள் மட்டுமே எனும்
உண்மை அறிந்துணர்ந்த அக்கனமே
அவை இடு தளையிலிருந்து விடுத்து
நிலைத்திடு உன் இயல்பதனில்!! 9.7

அவாவே உலமதனால் அவா அறு!
அஃது அறுமின் அதுவே துறவு!
அறுத்தபின் எங்குவேண்டும் இரு!! 9.8

10

பற்றின்மை (வைராக்யம்)

முகவுரை

மனிதப் பிறவியின் நோக்கம் என்ன? இவ்வினாவிற்கு இப்புவியிலே இன்றும் எண்ணற்ற ஆன்மீகவாதிகள், துறவிகள், முனிவர்கள், தனிந-பர்கள், நன்னெறி தத்துவம் பற்றிய எழுத்தாளர்கள், மற்றும் பலர் விடை-யளிக்க முயன்று கொண்டு வருகின்றனர். இவர்கள் வேறுபட்ட பாதை-களில், மாறுபட்ட கருத்துக்களுடன் ஆராய்ந்த போதிலும் அனைவரும் ஒப்பும் ஒரு உண்மை "ஆறறிவு பெற்ற மானிடர் அனைவருமே துன்பம் தவிர்த்து நிலையான தூய இன்பமடையவே அவர்தம் பணிகளின் குறிக்-கோளாக வைத்து அவரவர் பணிகளைப் புரிகின்றனர்" என்பது. இதில்-ஐயமேதுமில்லை.

வட மொழியில் வாழ்வின் பொருள் என்பதை புருஷார்த்தம் என்பர். புருஷார்த்தம் என்பது தர்மம், அர்த்தம், காமம், மோக்ஷம் என்பவற்றை குறிக்கும். இதனையே அறம், பொருள், இன்பம், வீடு என தமிழில் கூறுவர். அறத்தின் வழி நின்று, பொருள் தேடி, முறையாக இன்பம் துய்த்து வீடுபேறடைதல் என்பதுவே இவ்வழி முறையாகும். அதாவது, முதலில் தர்மத்தை அறம் என்று சொல்லி, அதைத் செய்வதற்காகவே

எப்படிப் பொருள் ஈட்ட வேண்டுமோ அந்த நியாயமான முறையைச் சொல்லி, அதனால் இன்னின்ன இன்பங்களைப் பூர்த்தி செய்து கொள்ளலாம் என்று பக்குவம் வருகிற வரையில் கிரமப்படுத்திக் கொடுத்து, அதன் பிறகு இந்தச் சின்ன சின்ன இன்பங்களை எல்லாம் விடுத்து, இறுதியில் நிரந்தர இன்பமான வீடு என்கிற மோக்ஷத்தைக் காட்டுவதே வாழ்வியல் முறை எனும் நான்கு புருஷார்த்தங்கள். "தன்னைக் கட்டுதல் அறம், பிறர் துயர் தீர்த்தல் பொருள், பிறர் நலம் நாடுதல் இன்பம், உலகு காக்கும் ஒருவனைப் போற்றுதல் வீடு" என்று பாரதியார் எளிமையாக இதை எடுத்துரைப்பார்.

அந்த வீட்டினை அடைய முயலும் நம் அனைவரின் வாழ்க்கையிலும், அன்றாடம் இடைவிடாது முக்கியமான மூன்று பெரும் தத்துவங்கள் தொடர்பு கொள்கின்றன. அவை, மனிதன், உலகம் (படைப்பு), இறைவன். இவைகளை வாழ்வில் உபயோகித்து (அனுபவித்து) , வினைகள் புரிந்து, "பொருள்" தேடி, "இன்பம்" துய்த்து, களைத்து, முடிவில் "நாம் வந்த கதை என்ன? நாம் கொண்டது என்ன, கொடுப்பது என்ன? மன்னைத் தோண்டி தண்ணீர் தேடும் நாம், நம்மைத் தோண்டி ஞானம் கண்டோமா? இல்லை, நம் மனமெங்கும் தெருக் கூத்து, பகல் வேஷமா?" என்றெல்லாம் பிதற்றி, தன்னை அறிவதே தனது பிறவியின் நோக்கம், அதனை அறிய முயலாமல் வாழ்நாளை வீனாக்கினோமே என துன்பமுற்று, வருந்தி மடிகிறோமே. இது தானே நடப்பு.

மனிதனின் பற்றிற்கும், மனிதன் வீடுபெறு நிலை அடைவதற்கும் காரணம் மனம் தான். நமது பொறிபுலன்களைக் கொண்டு உலகில் காணும் நிலையற்ற பொருட்களில் இன்பமுண்டு என்று அலைந்து தேடி அனுபவிக்கும் பொழுது அவைகள் மேல் பற்று; அந்த அனுபவங்களிலிருந்து விடுபடும்போது வீடுபேறு. எனவே வீடுபேறை விரும்புவர்கள் மனதை ஆசைகளிலிருந்து விடுவிக்க வேண்டும் என்கிறது அம்ருத பிந்து உபநிடதம். தாயுமானவர் இதனைத்தான்:

"ஆசைக்கோரளவல்லை அகிலமெல்லாம் கட்டி
ஆளினும் கடல்மீதிலே ஆனை செலவே நினைவர்,
அளகேசன் நிகராக அம்பொன் மிக வைத்த பேரும்
நேசித்து ரசவாத வித்தைக் கலைந்திடுவர்

நெடுநாளிருந்த பேரும் நிலையாகவேயினுங்
காயகல்பந்தேடி புண்ணாவர் எல்லாம்
யோசிக்கும் வேளையிற் பசிதீர உண்பதும்
உறங்குவதுமாகடியும் உள்ளதே போதும்
நான் நான் எனக்குளறியே ஒன்றைவிட்டு
ஒன்றைப்பற்றி
பாசக்கடற்குள்ளே வீழ…

,,

என அழகிய தமிழில் விளக்குகிறார்.

கருவறையிலிருந்து கல்லறைவரையான காலத்தை வாழ்க்கை எனக் கூறிக்கொண்டு, அவ்வாழ்வில் என்றும், தூய்மையான நிலையான துன்பமற்ற பேரின்பத்தை தேடி, வெளி உலகில் அங்கும் இங்கும் அலைபாயும் நம் "மூட" மனதினில் புதைந்து கிடக்கும் மாசுகளை அடையாளம் கண்டு அவைகளைக் களைய வேண்டும்.

உடல் மன புத்தி வளாகத்தால் சுதந்திரம் என்று நாம் நினைக்கும் வெளிநோக்கு நிலைதான் தளை; நம்மைக் கட்டும் பந்தம். உடல் மன புத்தி வளாகத்தை நெறிப்படுத்தி உள்நோக்க வைத்து அந்த உடல் மன வளாகத்தைக் கடப்பதே நமக்கு விடுதலைக்கு வழி என்றும் அப்படி நெறிப்படுத்த "நிர்வேதம்" எனும் மனப்பக்குவத்தை வளர்த்திட வேண்டும் என்றும் அத்தியாயங்கள் எட்டு, ஒன்பதில், பன்னிரு ஸ்லோகங்களில் எடுத்துரைத்த அஷ்டாவக்ர முனிவர், இப்போது, இந்த பத்தாவது அத்தியாயத்தில் "வைராக்யா" என்று கூறப்படும் பற்றின்மையை விளக்குகிறார். மனதை கடக்க, வாழ்வின் பொருளான "அர்த்தம் , காமம், தர்மம்" இவற்றின் மீதான பற்றினையும் விட வேண்டும் என்று அறிவுறுத்துகிறார் ஜனகருக்கு.

அதர்ம வழியில் (அறன் தவிர்த்து) புலனின்பத்தை (விஷய ஸுகத்தை) அனுபவிப்பவன் மிருகத்துக்கு ஒப்பாவான். தர்ம வழியில் (அறன் வழியில்) விஷய சுகத்தை அனுபவிப்பவன் மனிதன். தர்ம வழியில் நடந்து, விஷய சுகத்தையும் உறுதியுடன் விரும்பாதவனே தெய்வீக மனிதன் என்று சுவாமி ஓம்காரானந்தா விளக்குகிறார்.

இந்த ஸ்லோகங்களில் அடங்கியுள்ள வாழ்வியல் தத்துவங்களை சரி-
யாகப் புரிந்து கொண்டு, உள்வாங்கி நமது வினைகளை நாம் புரிந்தால்,
"இருள் நீங்கி இன்பம் பயக்கும், மருள் நீங்கி மாசறு காட்சி" கிட்டும்.
நாம் மன அமைதி அடைந்து, வளமுடனும், ஆற்றலுடனும், தர்ம நெறி
தவறாமல் வாழ வழி வகுக்கும் என்பதில் சிறிதளவும் அய்யமில்லை.

∽

ஸ்லோகங்கள்

அஷ்டாவக்ர முனிவரின் அறிவுரை

இன்பம் என்றும் எதிரி ,
பொருள் என்றும் துயரம்
இரண்டின் மூலம் அறம்!
இவை மூன்றும் விடுத்து
அனைத்தையும் மதியாதே!! 10.1

∽

காணும் கனவும் மந்திரக் காட்சி எதுவும்
நினைவில் மூன்றோ ஐந்தோ நாட்களே!
நண்பன், நிலம், தனம், இல்லம், மனையாள்
பரிசு, செல்வம் காண்பாய் அவைபோலவே!! 10.2

∽

எங்கெங்கு உளதோ தீவிரஆசை
அங்கங்கு உருவாகும் உலகமன்றோ!
உறுதியுடன் பற்றின்மை வளர்த்து
உளமகிழ்வ டைவாய் ஆசைகடந்து!! 10.3

∽

ஆசை ஒன்றே அடிமையின் மூலம்

ஆசை அறுமின் அடைவாய் மோக்ஷம்
அவா அறுத்த பற்றின்மை ஒன்றே
அளித்திடும் நிலையான பேரின்பம்!! 10.4

தூய அறிவான இருப்பு ஒன்றே நீ
உயிரிலா உண்மையிலாததே உலகம்
துளியுமில்லை அறியாமை உன்னிடம்
அறிவதற்கு ஆசை இன்னுமேனோ? 10.5

முடியரசு, மக்கட்பேறு, மனைவி,
உடல், இன்பம் என பலவற்றிலே
பற்று கொண்டிடினும் இழந்தாய்
அவற்றை பிறவிக்குப் பின் பிறவியில்!! 10.6

போதும் அறம் பொருள் இன்ப வினைகள் - மன
ஓய்விற்கு உதவாது இவை பிறவிப் பெருங்காட்டில்!! 10.7

உடல் மன வாக்கால் கடும் உழைப்பதனைப்
புரியவில்லையா எத்தனை பிறவிகள்தனில்?
நிறுத்திடுவாய் போதும் நீ இன்றாவது!! 10.8

11

அறிவின் எட்டு

முகவுரை

"சத்யம் ஞானம் அனந்தம்" என்றும் "சத்சித்ஆனந்தம்" என்றும் வர்ணிக்கப்படும் பிரம்மம் எனும் பரம்பொருளே தூய இருப்பு, தூய உணர்வு, தூய பேரின்பம் எனும் இறுதி நிலை. இந்த ஆதி அந்தமில்லா நீக்கமற நிறை உண்மை, தூய நுண்ணறிவு (சித்-ரூபா) என்றும் குறிப்-பிடப்படுகிறது. தாயுமானவர் கூறுவது போல கறந்த பால் கன்னலொடு நெய்கலந்தாற் போலச் சிறந்தடியார் சிந்தனையுள் தேனூறி, எங்கெங்கு பார்த்தாலும் எவ்வுயிர்க்கும் அவ்வுயிராய் அங்கங்கே அவர்களது ஆன்-மாவாக நின்றிடும் பரம்பொருளின் அருட்பெரும் ஜோதியாலே பிரபஞ்சம் பிரகாசிக்கிறது.

> "பெறுதற்கரிய பிறவியை பெற்றும்
> பெறுதற் கரிய பிரானடி பேணார்
> பெறுதற் கரிய பிராணிகள் எல்லாம்
> பெறுதற் கரியதோர் பேறிழந் தாரே
> "

என்று திருமந்திரம் கூறுவது போல, அறன் வழி நடந்து, அவன் தான் நான் என வேத வாக்கியம் கூறும் "ஜீவப்ரம்ம ஐக்கிய" எண்ணத்தை இடைவிடாது உணர்வதே, அரிதாகப் பெற்ற இந்த மானிடப் பிறவி எடுத்ததின் நோக்கம். அந்த ஒருமை உணர்வு இல்லாதவர் ஆன்மக் கொலையாளிகளே என்கிறது மறைகள்.

"போகம்", "முக்தி" அதாவது பொருளின்பம், பேரின்பம் என்று இரண்டு இலக்குகள்; அவைகளை அடைய "ப்ரவ்ருத்தி", "நிவ்ருத்தி" என்ற இரண்டு பாதைகள் வகுக்கப்பட்டன நமது மறைகளால். இவை-களை கர்ம மார்கம்-ஞான மார்கம், ப்ரேயஷ்-ஷ்ரேயஷ் மார்கம், அற வாழ்வு-துற வாழ்வு என்றும் கூறலாம். அற வாழ்வு என்பது அறம் சார்ந்த பொருளியல். இந்த பாதையில் அறம் வழி நின்று பொருளீட்டி இன்பம் அடைவது. ஆசையின் அடிப்படையிலானது இந்தப் பாதை.

> "அறனெனப் பட்டதே இல்வாழ்க்கை அஃதும்
> பிறன்பழிப்ப தில்லாயின் நன்று"

என்ற திருக்குறளின் அடிப்படை அற வாழ்வு.

துற வாழ்வு என்பது பற்றின்மை (வைராக்யம்) என்னும் அடிப்படை-யிலான இவ்வாழ்வு

> "வேண்டின்உண் டாகத் துறக்க துறந்தபின்
> ஈண்டுஇயற் பால பல"

என்ற திருக்குறளைத் தழுவியது துற வாழ்வு.

இந்த இரு வழிகளும் நமக்கு இருக்கின்றன. அவ்விரண்டினுடைய, அதாவது "புக்தி-முக்தி" (பொருளின்பம் எனும் போகம், பேரின்பம் எனும் வீடுபேறு) வழிகளின் குறை-நிறைகளை நன்கு பகுத்தாராய்ந்து, உறவுகளும், பொருட்களும் நமக்கு உவகையை தர இயலாது; பக்கு-வத்தைத்தான் தர முடியும். ஆசையின் அடிப்படையில் வாழ்ந்தால், நாம் பெறுவது வெறும் விஷய சுகம் எனும் பொருளின்பமே என்றும், அந்த பொருளின்பத்திற்கு

1. துன்பம் கலந்தது,

2. நிறைவைத் தராதது,

3. அடிமைப்படுத்தும் தன்மைகள் கொண்டது.

என்ற மூன்று தன்மைகள் உண்டு என்றும் அறிந்து, பொறிவாயில், இந்திரியங்களின் வழி செல்லும் ஆசைகளையும், உணர்ச்சிகளையும் அறிவின் துணை கொண்டு விரும்பிக் கட்டுப்படுத்தி வாழ்ந்தால், மெய்-யறிவு ஒன்றின் மூலம் மட்டுமே, பரம்பொருள் என்ற பிரம்மம் எனும் தூய உணர்வான அறிவே "நான்" எனும் தன்னுணர்வு என்று அறிந்துணர இயலும். வேதங்களின் பூர்வ பாகங்களில் கூறப்படும் கர்ம வழி, பிற-விப் பிணி எனும் ஸம்ஸாரத்தின் காரணமான "அவித்யா" எனும் அறி-யாமையை நீக்க இயலாது. சிறிய ஆற்றினை உறுதியற்ற ஒரு படகி-னால் கடக்க முடியும்; ஆனால் பெருங்கடலைக் கடக்க அது உதவாது, கப்பல் ஒன்று தேவை. அதுபோல வீடுபேறு எனும் பேரின்பநிலையை அறிந்துணர, பிறவிப் பெருங்கடைக் கடக்க வேண்டும். அது கர்ம வழி எனும் படகினால் ஆகாது; ஞானம் எனும் கப்பல் தேவை. இறையரு-ளாலும், குருவின் அருளுரைகளாலும் மட்டுமே கிட்டும் அந்த கப்பல். இறையருள் என்பது "பூர்வ ஜன்மார்ஜித கர்மம்" என்கிறது மறைகள்; அதாவது, நம் முன்வினைப் பயன்களே இறையருளாக வெளிப்படுகிறது என்கிறது மறைகள். எனவே கர்ம வழிப்பயணம் ஒரு பிறப்பில், இந்த ஞானக் கப்பலைப் பிடித்து பிறவிப் பெருங்கடலைக் கடக்க உதவும். ஞான மார்க்கம் ஒன்றே முக்திக்கு மார்கம் என்பது, கர்ம நிந்தனை செய்வதற்காக அல்ல. கர்மத்தின் வரையறையை கோடிட்டுக் காட்டு-வதற்காக மட்டுமே. இதை தெளிவாக அறிந்துணர வேண்டும். அப்-படி உறுதியுடன் நிச்சயமாக அறிந்துணருபவன்தான் "ஸ்வம்+அமி = ஸ்வாமி" எனும் தீரன், ஞானி. அவன் தன்னை ஆள்பவன்; தன்னை அறிந்தவன். தன்னை அறிந்ததால் தலைவனை அறிந்தவன். அப்படி தனது, தான், நான், தனது/எனது உயிர் என்று அகங்காரத்தை அறவே பெறாத, இறை இயல்புடையவனை இவ்வுலகத்தில் உள்ள மற்ற எல்லா உயிர்களும் கைகூப்பி வணங்கும்.

"தன்னுயிர் தான்அறப் பெற்றானை ஏனைய

மன்னுயி ரெல்லாந் தொழும் "

அவனை உலகவியல் வாழ்வு பாதிக்காது. செயலில் செயலற்ற தன்மை என்று கண்ணன் கீதையில் கூறிய கோட்பாட்டை அஷ்டாவக்ர முனிவர் முழுவதுமாக ஏற்றுக்கொண்டு, அப்படி உறுதியாக நிச்சயமாக (ஒவ்வொரு ஸ்லோகத்திலும் "இதி நிஸ்சயீ" என்ற சொல்லை பயன்ப-டுத்துகிறார் முனிவர்)

அறிந்துணர்ந்த தீரனின் தன்மைகளை எட்டு ஸ்லோகங்களின் மூலம் இந்த அத்தியாயத்தில் விளக்குகிறார். இந்த அத்தியாயத்தை ஞான-அஷ்டகம் என்று கூட கருதலாம் என்கிறார் சுவாமி சின்மயானந்தா. தீரன், ஞானி எனும் பரிபூரண மனிதனின் இயல்பை விளக்குகிறது இந்த ஸ்லோகங்கள். உயர்ந்த ஆன்மீக விழிப்புணர்வைத் தேடும் மாணாக்கர்-களுக்கு, இந்த ஸ்லோகங்கள் ஒரு அறிவுப் பெட்டகம்.

ஸ்லோகங்கள்

அஷ்டாவக்ர முனிவரின் அருளுரை

இருப்பது இல்லாதது இவைகளின் மாற்றங்கள்
இயல்பன்றோ என உறுதியுடன் அறிந்துணர்ந்தவன்
கலக்கமின்றி துயர் தவிர்த்து எளிதுடனே
அமைதி கண்டு நிலைத்திடுவான் அன்றோ !! 11.1

இறைவனொருவனே அனைத்தையும் படைப்பவன்
இனிவேறெவருமில்லை இங்கேயென உறுதியுடன்
அறிந்துணர்ந்தவன் அவா அனைத்தும் கரைந்திட
அமைதி கண்டு அனைத்திலும் பற்றினை விடுவான்!! 11.2

இன்னலும் வளமும் இறையெனும்
விதிவகு நேர வினைப்பயனே என
ஐயம் திரிபற அறிந்துணர்ந்தவன்
ஐந்தவித்து நிறைவுடன் என்றும்
விழையும் துயருமின்றி இருப்பனே!! 11.3

இன்பமும் துன்பமும் பிறப்பும் இறப்பும்
விதிவகு வினைப்பயனே என உறுதியுடன்
அறிந்துணர்ந்தவன் அடைவதற்கேதுமின்றி
வினைகள்தனை எளிதாகப் புரிந்திடினும்
விட்டிடுவான் பற்றனைத்தும் அவைகள்மேலே !! 11.4

துக்க காரணம் உளைச்சல் ஒன்றே வேறேதுமில்லையென
உறுதியுடன் அறிந்துணர்ந்து அதை விடுத்திட்டால்
அவா கரைந்து அமைதியுடன் ஆனந்தம் எவ்விடமும் !! 11.5

உடல் நானல்ல உடலும் எனதல்ல
தூய உணர்வெனும் இருப்பே நானென
உறுதியுடன் அறிந்து ணர்ந்த ஒருவனுக்கு
புரிந்த புரியாத வினைகள் நினைவேதுமில்லை
நிலைத்திடுவான் ஒருமைதனில் தனிமையிலே !! 11.6

நான்முகனிலிருந்து நாணல்வரை நானே என
ஆழமாய் உறுதியுடன் அறிந்துணர்ந்தவனுக்கு மன
அதிர்வலையேதுமின்றி தூய்மையான அமைதியுடன்
அடைவது அடையாததெனும் இருமை விலக்கிடுவன் !! 11.7

விரிவான அற்புத அண்டங்கள் அனைத்தும்
நிலையான உண்மையில்லையென ஐயம்திரிபற
அறிந்துணர்ந்தவர் எண்ணப்பதிவுகளழித்து
அமைதியான தூய உணர்வென இருப்பரே
அதை தவிர்த்து வேறேதமில்லாதது போல!! 11.8

12

ஆத்மாவின் சுயசரிதை

━━━━━⟨ஓ⟩━━━━━

முகவுரை

முந்தைய அத்தியாயத்தில், முழுமையான ஜீவன் முக்தனான அஷ்-டாவக்ர முனிவர், தீரனின் அறிவார்ந்த அணுகுமுறைகளை எடுத்து-ரைத்தார். இந்த 12 வது அத்தியாயம் முழுவதும், ஜனக மன்னன், நிறைவான மனிதனாய், தனது அனுபவங்களை, உயிருடன் இருக்கும் போது விடுவிக்கப்பட்ட தீரன்/ஞானியென விவரிக்கிறார்.

ஒருவர் அப்படிப்பட்ட ஞானியாக மாறினால், அப்போது குரு என்-றும் சீடன் என்றும் பேதங்கள் இல்லை. அஷ்டவக்ரரின் போதனை-களும், ஜனக மன்னன் வெளிப்படுத்திய அனுபவமும் ஒன்றுக்கொன்று உறுதுணையாக உள்ளன. ஒருமையின் ஆன்மீக கூட்டுறவு எனக் கூற-லாம் இவர்களின் இந்த கருத்துப் பரிமாற்றங்களை. இதில், எட்டு ஸ்லோகங்களில், முக்தி பெற்ற ஒரு நபரின் பல்வேறு பரந்த முன்னேற்ற நிலைகள் விவரிக்கப்பட்டுள்ளன. உள்ளே உள்ள அனைத்து எண்ணக் குழப்பங்களிலிருந்தும் மனதை வெறுமையாக்குவது ஆன்மீக வாழ்க்-கையை அடைவதற்கான செயல்முறையாகும். மனதிலுள்ள எண்ணக் குழப்பத்தின் கடைசிச் சுவடுகளைக் கூட அமைதிப்படுத்துவதும், அசை-யாமல் இருப்பதும் உயர்ந்த தியானங்களின் சாதனையாகும். இந்த

செயல்முறைகளை அனுபவங்களாக இந்த பகுதியின் இந்த எட்டு ஸ்லோகங்களில் முழுமையாக சுட்டிக்காட்டப்பட்டுள்ளன.

மன அமைதி, கருணை, சுயநலமின்மை, பற்றின்மை, அறிவு, மாறா அன்பு, சமத்துவம், சேவை என்று ஞானியின் குணங்களை சொல்லிக்-கொண்டே போகலாம். அந்த ஞானியின் குணங்களை இந்த ஸ்லோகங்-களில் அவரின் அனுபவங்கள் வழியாக அறியலாம்.

ஆதி சங்கரர், பகவான் ரமணமஹரிஷி, சுவாமி விவேகானந்தர் போன்ற ஜீவன் முக்தர்களின் அறிவுரைகளில் ஜனகர் கூறும் இயல்-பினை காணலாம். அவர்களின் உரைகளே அவர்களது ஆன்மீக சுயச-ரிதைகள்.

❧

ஸ்லோகங்கள்

ஜனகரின் உரை

உடல்புரி கர்மங்கள் சகிக்காது, பின்னர்
உரைவழி கர்மங்கள் சகிக்காது, பின்னர்
உதித்த எண்ணங்கள் சகிக்காது, முடிவில்
என்னுள்ளேயே நிலைத்திட்டேன்!! 12.1

❧

ஒலிபோன்ற நுகர்பொருளில் உவகை ஏதுமில்லாது
விழிகாணா விஷயமாக ஆத்மா இருப்பதனால்
சிதறல்களிலிருந்து விடுதலை பெற்று என்மனம்
ஒருமித்து அதனால் என்னுள்ளே நிலைத்திட்டேன் 12.2

❧

சுமையும் சிதறலும் உள்ள மனதிற்கே
சமநிலை ஒருமித்தமெனும் முயற்சி
எனும் உலக நியதிதனைக் கண்டு

நிலைத்திட்டேன் நான் என்னுள்ளே !! 12.3

ஏற்பதற்கும் மறுப்பதற்கும்
மகிழ்வதற்கும் துயருறுவதற்கும்
ஏதுமில்லை இப்போது பரமனே
என்று என்னுள்ளே நிலைத்திட்டேன்!! 12.4

வாழ்வின் நிலையும் நிலையிலா வாழ்வும்
ஆழ்தியானமும் மனம் ஒப்பிய விடுத்தலும்
மனச்சிதறலே என்று அறிந்துணர்ந்து
என்னுள்ளே நிலைத்திட்டேன் அன்றோ!! 12.5

வினை புரிவதும் வினை விடுப்பதும்
அறியாமையின் விளைச்சலே எனும்
உண்மைதனை நன்கறிந்து உணர்ந்து
உறுதியுடன் நிலைத்திட்டேன் என்னுள்ளே!! 12.6

சிந்திக்க இயலா ஒன்றை சிந்திப்பதும்
சிந்தனையின் ஒரு வடிவமே என அச்
சிந்தனைஅனைத்தையும் உறுதியுடன்
விடுத்திட்டு நிலைத்திட்டேன் என்னுள்ளே!! 12.7

ஆன்மாவை இங்கனம் அறிந்து
உணர்ந்தவன் அருளுடையவனே
ஆன்மாவில் இங்கனம் இயல்பாய்
நிலைத்திருப்பவன் அருளுடையவனே 12.8

13

பேரின்ப முழுமை

முகவுரை

முந்தைய அத்தியாயங்களில் அஷ்டாவக்ர முனிவர் ஜீவன் முக்-தனான தீரனின் பல்வேறு தன்மைகளை எடுத்துரைத்து, பின், ஜீவன் முக்தனாக தனது அனுபவங்களை (உயிருடன் இருக்கும் போது விடு-விக்கப்பட்ட தீரன்/ஞானி) விவரித்தார் ஜனக மன்னர்.

முக்தி பெற்ற ஒரு நபரின் பல்வேறு பரந்த முன்னேற்ற நிலைகள் விவரித்த ஜனகர், இந்த அத்தியாயத்தில் "உண்மை இன்பம்" அதாவது முழுமையான, தூய ஆனந்த நிலையில் எப்படி ஒரு ஜீவன் முக்தனான தீரன் நிலைத்திருக்கிறான் என்பதை விவரிக்கின்றார்.

ஏற்பது துறப்பது எனும் எண்ணம் தவிர்த்து, முப்பொறி (மனம், வாக்கு, காயம்) துறந்து, பணி புரிந்தும் புரியாமல், பணி புரியாமல் புரிந்து, உடலுடன் உறவு ஏதும் இல்லாமல், பற்று, விளையும் பயனில் கருத்து, மமகாரம், அஹங்காரம் ஆகிய போலி எடைகளை இறக்கி-வைத்து, உல்லாச, நாச எண்ணம் விடுத்து, நல்லது, தீயது விடுத்து, தூய இருப்புணர்விலே மட்டும் நிலைத்து, பேரின்பமெனும் உண்மையான இன்-பத்தில் வசிக்கின்றனர் ஞானியர் என்கிறார் ராஜ ரிஷி ஜனகர்; அதன்-படி தன் நிலையை வர்ணிக்கின்றார் இந்த அத்தியாயத்தில்.

ஸ்லோகங்கள்

ஜனகரின் கூற்று

இருப்பென்பது வேறெதுற்கும் இல்லையெனும்
அறிவில் கிட்டும் ஆழ் அமைதி அடைவது அரிது
கோவணம் கட்டிய துறவிக்கும் என்பதனாலே,
ஏற்பது துறப்பது எனும் எண்ணங்கள் விடுத்து,
வேண்டும் சுகமதனில் வசிக்கிறேன் நான்!! 13.1

❧

இருப்பென்பது வேறெதுற்கும் இல்லையெனும் அறிவில்
கிட்டும் ஆழ் அமைதி அடைவது அரிது கோவணம்
கட்டிய துறவிக்கும் என்பதனால், ஏற்பது துறப்பது எனும்
எண்ணம் தவிர்த்து, உண்மை இன்பமதில் வசிக்கிறேன்!! 13.1

❧

வருத்திய உடலால் வருத்தம் ஏதோ ஒரிடத்தில்!
உரைத்த நாக்கால் சோர்வு ஏதோ ஒரிடத்தில்!
அலையும் மனதால் உளைச்சல் ஏதோ ஒரிடத்தில்!
அனைத்தையும் துறந்து வாழ்வின் இலக்கதனில்
நிலைத்திட்டேன் நான் சுகமதனில் !! 13.2

❧

எப்பணியும் புரியவில்லை என
நன்கறிந்து எப்பணி வந்திடினும்
அப்பணி புரிந்து வேண்டும் சுகம்
தன்னில் வசிக்கின்றேன் நான்!! 13.3

❧

செயலையோ செயலின்மையையோ வலியுறுத்துவர்

யாக்கையுடன் தம்மைப் பிணைத்திட்ட யோகிகள்!
பிணைப்பையும் பிரிவினையையும் இணைப்பறுத்து
வசித்திட்டேன் வேண்டிய சுகமுடனே நான் !! 13.4

இருப்பதனாலோ, செல்வதனாலோ, உறங்குவதனாலோ
இலாபமோ, இழப்போ ஏதுமில்லையதனால் இருந்து, சென்று,
உறங்கி வசிக்கின்றேன் வேண்டிய இன்பமுடனே நான் !!13.5

இறங்குவதாலோ உழைப்பதினாலோ
உல்லாசமென்றோ நாசமென்றோ
ஒன்றுமேயில்லை என்பதனாலே
உல்லாச நாச எண்ணம் விடுத்து
வேண்டிய சுகமதனில் வசிக்கின்றேன் நான் !! 13.6

இன்ப துன்ப வடிவமதில் ஏற்றிறக்கம் பலவேறு நிலைகளில்
இவ்வுண்மைதனை மீண்டும் மீண்டும் கண்டு, நல்லது தீயது
விடுத்து, வேண்டிய சுகமதனில் உறைந்திட்டேன் நான்!! 13.7

14

கவலையிலா மனிதன்

முகவுரை

பாரதப் போர் துவங்கும் முன் போர்க்களத்தில் ஆண்டவனின் அவதாரமான கண்ணனுக்கும் அர்ஜுனனுக்கும் இடையே நடைபெற்ற உரையாடல், உலகத்தை உய்விக்க அருளியது. அதன் துவக்கத்தில், அர்ஜுனன், முதல் அத்தியாயம் 31-44, இரண்டாவது அத்தியாயம் 4-6 ஸ்லோகங்கள் வழியாக தனது துயர்கள் அனைத்தையும் கண்ணனிடம் கூறினான். இதனை அர்ஜுன விஷாத யோகம் என்றும் ப்ரக்ஞ்யா வாதா (கற்றறிந்த பண்டிதர் போல் பேசுவது) என்றும் கூறுவர்.

இதற்கு, பதிலாக கண்ணன், அவனுக்கே உரித்தான புன்னகையுடன் முதல் ஸ்லோகத்திலேயே (2.11) ஒரு முக்கியமான உபதேசத்தை அரு-ளினான். அது தான் 'பண்டித: ந அநுஸோச்சதி'. பண்டிதன் என்ற சொல்லின் விளக்கத்தை நாம் வேறெங்கும் தேட வேண்டாம்.

> "வெள்ளத்து அனைய இடும்பை அறிவுடையான்
> உள்ளத்தின் உள்ளக் கெடும்"

என்று திருவள்ளுவர் அறிவுடையான் (பண்டிதன்) ஒருவனை அழகாக திருக்குறளில் வர்ணிக்கின்றார்.

பண்டிதன் என்பவன் யார்? ''பண்டா அஸ்ய அஸித் இதி பண்டித:'' என்று கூறுவர். இவனுக்கு ஸ்திதப்ரக்ஞ:, பராபக்த:, குணாதீத:, அத்வைத ப்ரம்ஹநிஷ்டா:, பரிபூரண:, ஞானி, தீரன், அறிவுடையான் என்றெல்லாம் பெயர்கள் உண்டு. பண்டிதன் எதில் பாண்டித்யம் பெற்றுள்ளான்? ஆத்மாவாகிய நானே அனைத்தும், எனக்கு வேறாக ஒரு பொருளும் இல்லை என்ற மெய்யறிவில் பாண்டித்யம் உள்ளவனே பண்டிதன். பண்டிதனின் குணங்கள் என்ன? பண்டிதன் எந்த சூழ்நிலையிலும், எவரைப்பற்றியும், எப்பொழுதும் கவலைப்படுவதில்லை; பண்டிதன், நிகழ்ந்தவை, நிகழ்பவை, நிகழப்போகின்றவைகளைக் குறித்து கவலைப்படுவதில்லை; ஏனெனில் காலமே உண்மையில்லை (பிரமாணம் - ஆழ்உறக்கம்). பண்டிதன் எதனைக் குறித்தும் வருந்துவதில்லை, மகிழ்ச்சி அடைவதில்லை. முட்டாள் வாழ்க்கையில் மகிழ்ச்சியைத் தேடுகிறான். பண்டிதனுக்கு மகிழ்ச்சியே வாழ்க்கை கவலைக்குக் காரணம் பாண்டித்யம் (ஆத்ம ஞானம்) இல்லாததே. பாண்டியத்தைப் பெற்றால், கவலைகளிலிருந்து விடுதலை.

நீ பூரணமானவன் (நிறைவானவன், முழுமையானவன்) என்று சாத்திரம் கூறுகிறது. நான் நிறைவானவன் என்ற பேருண்மையை உணரந்த பிறகு வாழ்க்கையில் அடைய வேண்டியது ஒன்றுமே இல்லை. இப்படிப்பட்ட பண்டிதனே ராஜ ரிஷி ஜனகர். நான்கு ஸ்லோகங்கள் மட்டுமே அடங்கிய இந்த அத்தியாயத்தில், தூய பேரின்ப இருப்புணர்வில் எல்லையற்ற அமைதியில் நிலைத்திட்ட ஞானியின் இலக்கணங்களை கோடிட்டுக் காட்டுகிறார் ஜனகர் இந்த அத்தியாயத்தில்.

நுண் நிலையிலும், உலகளவிலும் அனைத்து ஆசைகளும் அழிந்த, மமதை இல்லாத, அஹங்காரம் அற்ற, சிறிதளவு ஆசையும் இல்லாத, உலகத்தைப் பற்றிய எண்ணப்பதிவுகள் அனைத்தும் கலைந்து, தளையிலும் வீடுபேற்றிலும் அவா ஒன்றுமில்லாமல், முக்திக்கு ஏக்கம் ஏதுமில்லாமல், ஒரு பித்தனைப் போல, எப்போதும் மகிழ்ச்சி இதயத்திலிருந்து ஒரு நீரூற்று போல தொடர்ந்து ஊற்றெடுக்க, மனதைக் கடந்து நிலைத்திருக்கும் பரிபூரண மனிதனாகிய என் மனம் என்றும் அமைதியாகவும் எண்ணங்களேதுமின்றி வெற்றிடமாகவே இருக்கிறது (சூன்ய சித்தம்) என்கிறார் ஜனகர் இந்த அத்தியாயத்தில். சமமான பார்வை

மற்றும், சமமான பரிணாமம் கொண்ட மனிதர்களால் தவிர, அத்தகைய மனிதனை, சாமான்யர்களால் எப்படி மதிப்பிட முடியும்?

ஸ்லோகங்கள்

ஜனகரின் உரை

கணப்பொழுதில் மனச்சூன்யம்
தற்செயலாய் பொருள் எண்ணம்
உறக்கத்திலும் விழிப்புணர்வு - அவனுக்கே
உலகத்தின் உடனழிவு !! 14.1

செல்வம் எங்கே நண்பன் எங்கே,
புலப்பொரு ளெனும் கள்வர் எங்கே
மறைகள் எங்கே, அறிவியல் எங்கே
காம மனைத்தும் கரைந்த பின்னே!! 14.2

பரம்பொருளாம் ஈசனாகிய சாட்சியே நான் என
அறிந்துணர்ந்ததனாலே தளையிலும் வீட்டிலும்,
அவாவின்மையாலே முக்திக்கும் ஏக்கமிலை எனக்கு!! 14.3

உள்ளே எண்ணச் சூன்யம்
வெளியே சுதந்திரப் பித்தன் - என
அலைபவனின் நிலையறிவர்
அவனொத்த தனையறி ஞானியரே !! 14.4

15

சிவன் சீவன்

இந்த அத்தியாயத்தில், அஷ்டாவக்ர முனிவர் தூய அறிவுணர்வாய் இருக்கும் இறுதி உண்மையான பரம்பொருளின் இலக்கணங்களைப் (ஆத்ம லக்ஷணம் - ப்ரம்ம லக்ஷணம்) பற்றிய தனது அனுபவத்தினை ஜனகருடன் பகிர்ந்து கொள்கிறார். மயக்கம் தன்னை தவிர்த்திட்டு ஆதி இயற்கைக்கப்பாலே இருக்கும் தூய அறிவுணர்வான பரமனும் நீதான். நம்பிடு மகனே என்று வாஞ்சையுடன் ஜனகரைப் பார்த்து, ஜீவாத்மா-பரமாத்ம ஐக்கியத்தைப பற்றி பேசுகிறார்.

அனைத்தும் ஆன்மா, அனைத்திலும் ஆன்மா என்ற மறைகள் கூறும் வாக்கியத்தைப் பிரதிபலிக்கும் பல அனுபவங்களைத் தெளிவாக எடுத்துரைக்கிறார்.

> "சீவன் எனச்சிவன் என்னவே நில்லை
> சீவ னார்சிவ னாரை அறிகிலர்
> சீவ னார்சிவ னாரை அறிந்தபின்
> சீவ னார்சிவ னாயிட்டு இருப்பரே!!"

என்ற திருமந்திரம் (2017) கூறும் சிவனும் சீவனும் நீயே என்பதை அறிவாய் என்று சீடனுக்கு உபதேசம் செய்கிறார் அஷ்டாவக்ர முனிவர். மாசிலா மனம், தூய புத்தியின் அவசியத்தை முதலில் எடுத்துரைத்து, புலப்பொருள் சுவையறுத்தலே வீடுபேறு என்று அறிந்து புரிந்திடு பணி உன்னிச்சையுடன் என்று அறிவுறுத்தி, யாக்கை நிலையாமையை கோடிட்டுக் காட்டி, உடல் நீ அல்ல உடலும் உனதல்ல, மனம் என்றும் உனதல்ல, நுகர்பவன் நீ அல்ல வினை புரிபவன் நீ அல்ல என்று அறி- வுரை வழங்கிய பின்னர், தூய உணர்வன்றோ நீ, காலமற்ற சாட்சி நீ, சுதந்திரனே நீ என்று தனது அனுபவத்தை அறிவுரையாகப் பகிறுகிறார் முனிவர்.

அனைத்தும் உன்னுள்ளே அனைத்திலும் நீயே என அறிந்து தன்- னுணர்வையும் தன்முனைப்பையும் விடுத்திட்டு சுகமாக இரு என்றும், ஆழ்கடல் பேரின்ப தூய உணர்வான உன்னிடம் அண்ட அலைகள் அவைகள் விருப்பப்படி எழுந்து அழியட்டும் என்றும் அறிவுறுத்தி, தூய அறிவான உன்னிருந்து வேறோ இவ்வுலகம், ஏற்பதும் நிராகரிப்பதும் எனவே எங்கே யாருடைய கற்பனை என்று வினவுகிறார்.

ஒருமையான அழியா அமைதியான மாசிலா முழுமையான முடி- விலா தூய உணர்வான உனக்கு ஜனனம், கர்மம், தன்னுணர்வு எங்கனம் இருக்கும்? காண்பது எதிலும் உனையே காண்கிறாய்! நான் அவன், நான் இது எனும் வேற்றுமைகளை முற்றிலும் விடுத்து ஆத்மாவே அனைத்துமென உணர்ந்து அவா விடுத்து ஆனந்தமாயிரு. உண்மையில் இருப்பு நீ ஒருவன் மட்டுமே. உனைவிட்டு சிவனும் இல்லை சீவனும் இல்லை. ஆகையினாலே அவா விடுத்து அமைதியுடன் தூய உணர்- வாய் அமைதிகாத்து பேரின்ப முழுமையின் உருவகமாம் உன்னுள்ளே சுகமாய் இருந்திடுவாய்,

இந்நிலையில் தியானமும் தேவையில்லை என்று அறிவுறுத்துகிறார் முனிவர் இந்த அத்தியாயத்தில்.

❦

ஸ்லோகங்கள்

பொன். எழிலரசன்

அஷ்டாவக்ர முனிவரின் அருளுரை

எவ்வித எளிய உபதேசமும் உதவிடும்
தனையறிய தூய புத்தியோனுக்கு!
வாழ்நாள் முழுதும் விழைந்தாலும்
தனையறிய குழப்பமே மாசுடையோனுக்கு !! 15.1

∾

புலப்பொருள் சுவையறுத்தலே வீடுபேறு
புலப்பொருளில் வேட்கையே பந்தம்!
புரிந்துகொள் இதுவொன்றே அறிவு
புரிந்திடு பணி உன்னிச்சையடன் !! 15.2

∾

சொல்லிலும் செயலிலும் ஆற்றலுடை மானிடர்
சொல்லிழந்து செயலற்று உணர்விலா ஜடமாவர்
மெய்யறிவினால் என்பதாலே தவிர்த்திடுவரே தனை
அறியும் அறிவதனை புலனின்பச் சார்புடையோர்!! 15.3

∾

உடல் நீ அல்ல உடலும் உனதல்ல
நுகர்பவன் நீ அல்ல வினை புரிபவன் நீ அல்ல
தூய உணர்வன்றோ நீ காலமற்ற சாட்சி நீ
சுதந்திரனே நீ, வசித்திடுவாய் மகிழ்சிதனில் 15.4

∾

மனமே விருப்பும் வெறுப்பும்!
மனம் என்றும் உனதல்ல - நீ
அலையிலா நிலையான அறிவென
அறிந்திட்டு அலைவாய் ஆனந்தமுடன்!! 15.5

∾

அனைத்தும் ஆன்மாவில்!

ஆன்மாவே அனைத்திலும்!
அறிந்தபின் "நான்" எதற்கு?
ஆனந்தமாக இருந்திடு!!15.6

ஆழ்கடல் அலையென இங்கு
அண்டமதின் தோற்றம் உன்னுள்!
ஐயமின்றி தூய உணர்வோனே
மனதின் நோய்தனை விடுத்திரு!! 15.7

நம்பிடுவாய் மகனே நம்பிடு !
மருட்சி தன்னை தவிர்த்திடு!
அறிவே வடிவான பரமனான
ஆத்மா நீ, ஆதி இயற்கைக்கு
அப்பாலானவன் அன்றோ !! 15.8

இயற்கையின் உட்கூறுக ளுடை உடல்,
இயல்பாய் வந்து, தங்கி, விலகிச் செல்லும்!
ஆன்மா வருவது மில்லை போவது மில்லை
இருப்பினும் உனக்கு ஏனிந்த வருத்தம்? 15.9

இறுதிக்காலம் வரை இருக்கட்டும் அல்லது
இப்பொழுதே போகட்டும் காயம் மறுபடியும்!
இதனாலெங்கே வளர்ச்சியோ குறைவோ
தூய அறிவே வடிவான உந்தனுக்கு!! 15.10

ஆழ்கடல் பேரின்பமாம் உன்னிடம்
அண்ட அலைகள் தன்னிச்சையாய்
எழட்டும் அல்லது மறைந்து அழியட்டும்!

அடைவதில்லை நீ இலாப நஷ்டம் !! 15.11

തുയ அறிவு வடிவன்றோ நீ மகனே!
உன்னிருந்து வேறோ இவ்வுலகம்?
ஏற்பது நிராகரிப்பது எனும் எண்ணம்
எங்கே யாருடைய கற்பனையோ? 15.12

ஒருமையான அழியா அமைதியான மாசிலா
தூய உணர்வு வெளியென நிறை உன்னிடம்
ஜனனம், கர்மம், தன்னுணர்வு எங்கனம் !! 15.13

காண்பது எதிலும் உனையே காண்கிறாய்!
கால் கொலுசும், கைவளையலும் வங்கியும்
தோன்றிடுமா தங்கத்திலிருந்து வேறாக!! 15.14

நான் அவன், இது நானில்லை எனும்
வேற்றுமைகளை முற்றிலும் விடுத்து
அனைத்தும் ஆத்மா என உணர்ந்து
அவா விடுத்திட்டு ஆனந்தமாயிரு!! 15.15

உன்னறியாமையால் மட்டுமே உலகம்!
உண்மையில் இருப்பு நீ ஒருவன் மட்டும்!
உனையன்றி இல்லை சிவனும் சீவனும்!! 15.16

ஒன்றுமிலா உலகே மாயமென
உறுதி உடையோர், இருப்பென்று
ஒன்றுமே இல்லாதது போல்

அவா விடுத்து அமைதியுடன்
தூய உணர்வாய் காண்பர்!! 15.17

❧

இருப்பெனும் ஆழ்கடலில் இருந்ததும்,
இருப்பதும், இருக்கப்போவதும் ஒன்றே!
இல்லை உனக்கு தளையும் சுதந்திரமும்
இருந்திடு திருப்தியுடன் மகிழ்வுடனே!! 15.18

❧

ஆம் எனவோ இல்லையெனவோ கிளறாதே
ஆழ்மனதினை தூய நுண்ணறிவே!
அமைதி காத்து சுகமாய் நிலைத்திடு
பேரின்ப முழுமை வடிவம் உன்னுள்ளே!! 15.19

❧

விடுத்திடு தியானம் அனைத்தையும்!
நிறுத்தாதே மனதில் எதனையும்!
அடைப்பேதுமிலா ஆன்மா நீயன்றோ!
அடைவது என்ன தியானத்தினால்!! 15.20

❧

16

சிறந்தோர்க்கு சிறப்புரை

<hr>

முகவுரை

நான் யார் என்பதைப் பற்றிய அறிவில், உலகத்தைப் பற்றிய அனைத்து உணர்வுகளையும் முடித்து, புலன்களின் மீதான நமது ஆசைகள் அனைத்தையும் அழிப்பதே முக்தி எனும் விடுதலையின் தனித்துவமான நிலை. ஆன்மீகப் பயணத்தில் ஆத்ம ஞானத்தை அறிந்து, அரிதான உயர்நிலை அடைந்த வெகு சிலர்களில் பலர் இந்த மகத்தான உணர்வில் நிலைபெறத் தவறிவிடுகிறார்கள். ஏன் இந்த தடுமாற்றம்?

இதற்கு இந்த அத்தியாயத்தில் பதினொன்று ஸ்லோகங்களில், தியானத்தின் உயர் நிலைகளில் இன்னும் முயன்றுகொண்டிருக்கும் பரிணாம வளர்ச்சியடைந்த சாதகர்களுக்கான மிகவும் விலையுயர்ந்த குறிப்புகளை வழிமுறைகளாக வழங்குகின்றார் முனிவர். தியானத்தின் மிக உயர்ந்த தருணங்களில் அஹங்காரமெனும் தன்னுணர்வினை விடுக்க இயலாதோருக்கு இந்த அத்தியாயம் மிகவும் பயனுள்ளதாக இருக்கும். அவர்களின் வழிகளைச் சரிசெய்வதற்கும், பாதையில் உள்ள இடர்பாடுகளைத் தவிர்ப்பதற்கும், அவர்களது ஆன்மீக இலக்கான தெய்வீகத்தை நோக்கி

விரைவதற்கும் சில பயனுள்ள குறிப்புகளையும் முனிவர் நமக்கு வழங்-
குகிறார். இது ஆத்ம ஞான போதனையின் உச்சம் என்கிறார் ஸ்வாமி
சின்மயானந்தா.

முக்தி எனும் சுதந்திரம் என்பது ஒரு அனுபவம் அல்ல., அனுபவங்-
கள் எப்போதும் வேறொன்றுடன் இருக்கும். அந்த சுதந்திரம் உடலுக்கு
அப்பாற்பட்டது, மனதைக் கடந்தது. மன மற்றும் உடல் வழிமுறைக-
ளால் அணுக முடியாதது. இவைகள் அனைத்துடன் (உடல், வாக்கு,
புலன்கள், மனம், வினைகள், எண்ணங்கள், ஆசைகள், விருப்பு,
வெறுப்புகள், உடலுடன் அடையாளம் காணும் அஹங்காரம் முதிலிய
அறைத்தையும்), சுதந்திரத்திற்கான ஆசைதனையும் விடுத்திட வேண்-
டும் என்பதை தெளிவாக அறிய வேண்டும். அவைகளனைத்தும் வெளி-
யேறும்போது, சுதந்திரம் தன்னை வெளிப்படுத்தும். சுதந்திரத்தின் மொழி,
வெறுமையின் மொழி, அன்பின் மொழி. சுதந்திரம் தன்னை அறியும்
போது அது மட்டுமே நிலைத்திருக்கும். அதற்காக நீ உழைக்க வேண்டி-
யதில்லை. இது மிகவும் எளிதானது, ஏனென்றால் அதைப் பெற நீ எங்-
கும் செல்ல வேண்டியதில்லை. நீ செய்ய வேண்டியது எல்லாம் அமை-
தியாக இருக்க வேண்டும்.

மௌனகுரு என்று அழைக்கப்படும் அருள் நந்தி சிவாச்சாரியார்
என்ற தகுதிவாய்ந்த குருவால் சீடரான தாயுமானவருக்கு உச்சரிக்கப்-
பட்ட 'தனித்துவமான வார்த்தை "சும்மா இரு". மிகவும் முதிர்ச்-
சியடைந்த நிலையில் உள்ளவர்கள் மீது உடனடி மற்றும் விடுவிக்கும்
தாக்கத்தை ஏற்படுத்தும் சொல் "சும்மா இரு" எனும் மௌனம்/அமைதி
நிலை. இந்த மௌனத்தைத் தவிர எதிலும் மகிழ்ச்சியோ, அமைதியோ,
அன்போ, அழகோ இருக்க முடியாது, அது எப்போதும் இங்கேயும்
இப்போதும் உனக்குள் இருக்கிறது. சும்மா இருக்க வேண்டும்/அமைதி
காக்க வேண்டும் என்ற எண்ணத்தைக் கூட விட்டுவிடு என்கிறார்
பகவான் ரமண மஹரிஷி.

முக்தி எனும் சுதந்திரமான தனித்துவ நிலையில் நிலைத்திருக்க,
இந்த அமைதியை உடல், மன அல்லது அறிவுப்பூர்வமான வழிகளில்
அணுக முயற்சிக்காதே. எல்லா எண்ணங்களையும், எல்லா யோசனைக-
ளையும், நீ கேட்ட மற்றும் படித்த அனைத்தையும் விட்டுவிடு என்கிறார்
முனிவர் இந்த அத்தியாயத்தில்.

வினைகளெனும் முயற்சிகளற்ற மற்றும் இருமைகளும் அதானால் உண்டாகும் தேர்வுகளேதுமில்லாத விழிப்புணர்வே நமது உண்மையான இயல்பு. அந்த இயல்பு நிலையை அறிந்து, அந்த நிலையில் இருந்தால், அதாவது ஜனகரின் நிலையில் இருந்தால், அவர்கட்கு இந்த பதி-னொன்று ஸ்லோகங்களும் சிறப்பு அறிவுரைகளே.

முக்கிய பின்குறிப்பு

முந்தைய அத்தியாயங்களை படித்து அறியாமல், நேரடியாக இந்த அத்தியாயத்தை நாம் படிக்க ஆரம்பித்தால் நமக்கு கிடைப்பது வெறும் கேள்விகள் மட்டுமே. "எதையும் புரியாதே, நினையாதே, அறியாதே, அடையாதே, பேசாதே, மறந்துவிடு" என்றெல்லாம் முனிவர் கூறுகி-றாரே. பின் எதற்கு எனக்கு இந்த முயற்சிகளெல்லாம் என்ற எண்ணம் நம்மில் எழும்.

> "சும்மா இருக்கச் சுகம் உதயம் ஆகுமே;
> இம்மாயா யோகம் இனி ஏனடா?"

என்று உட்கருத்தினை அறியாமல், எந்த முயற்சியும் இல்லாமல், வேண்டுமென்றே தியானம் ஏதும் செய்யாமல் இருந்தால், முக்தி எனும் விடுதலையின் தனித்துவமான நிலையில் இருக்க முடியாது. சும்மா இரு என்ற கூற்று குறிப்பிடும் மௌனத்தை அல்லது உச்ச நிலையை ஒரே-யடியாக அடைந்த ஒருவரைக் கண்டாலும், அதற்குத் தேவையான முயற்சிகளை, "இறையருளாளே" அவரது முந்தைய பிறவியில் அவர் முடித்துவிட்டதாகவே கருத வேண்டும். உடல் மன வளாகத்தைக் கடந்-திட முயற்சியே திருவினையாக்கும் என்பதை தெளிவாகப் புரிந்து

கொள்ள வேண்டும். மெய் வருத்தினால் முயற்சி கூலி தரும் என்பது நம்போன்றோர்க்கு ஒரு இன்றியமையாத பாடமும் தேர்வும். அந்த படிப்-பில்லாமலும், முயற்சித்தேர்வினில் வெற்றி இல்லாமலும், "அஷ்டாவக்ர முனிவர் பதினாறாவது அத்தியாயத்தில் சும்மா இரு என்று சிறப்பு அறி-வுரைகள் வழங்கியுள்ளார். ஆகவே அவற்றை தான் கடைப்பிடிக்கப் போகிறேன்" என்பது மடமையின் உச்சம் என்பதை ஐயம் திரிபற அறிந்-

துணர வேண்டும்.

அஷ்டாவக்ரரின் சிறப்பு அறிவுரைகள்

எண்ணற்ற மறைகளை பலவழி பலமுறை
புகன்றாலும், கேட்டாலும் மகனே, நீ அவை
அனைத்தையும் மறக்கவில்லையெனில்
என்றும் உன்னுள் நிலைத்திட இயலாது !! 16.1

அனுபவித்தல், செயல், மோனம் என
அனைத்தும் நீ புரிந்திடினும், அவா
அனைத்தும் அணைந்திட்டு, இலக்கிற்கு
அப்பாலுள்ள அதனையே ஏங்கிடும்
அறிவுடையோனே உன் மனம் !! 16.2

முயற்சியினாலே அனைவரும் துக்கம்!
உணர்பவர் இதனை இல்லை ஒருவரும்!
அருளுடையோனுக்கு இவ்வறிவுரை ஒன்றே
போதும் அடைவன் முக்திப் பேரின்பம்!! 16.3

கண் இமைத்து மூடுவதும் களைப்பே
எனும் செயலிலாத் தலைவன் இன்றி
வேறு எவருக்கும் உண்டோ அந்த சுகம் !! 16.4

இது முடிந்தது, இது முடியாதது எனும்
இருமை எதிர்மறை விடுத்திடும் மனம்
அறம் பொருள் இன்பம் வீடெனும் வாழ்வியல்

இலக்கதனில் கருத்தேதும் இல்லை என்றும்!! 16.5

❧

புலப்பொருள் வெறுப்பவன் விரக்தன்
புலப்பொருள் விரும்புவன் நுகர்பவன்
புலப்பொருள் விருப்பு வெறுப்பிலாதோன்
விரக்தனுமல்ல நுகர்பவனுமல்ல!!16.6

❧

பகுத்தறிவின்மையின் வேர் எனும் ஆசை
பரந்தூன்றி உள்ளவரை பிறவிப்பிணித்
தருவின் கிளைதளிர்களாம் விருப்பு வெறுப்பு
உணர்வுகள் நிலைத்திடும் அன்றோ!! 16.7

❧

செயலில் ஈடுபாடு விருப்பினைப் பெருக்கிடும்!
செயலில் விடுப்பு வெறுப்பினை உருவாக்கும்!
விடுப்பான் குழவியென எதிர்மறை இருமைதனை!
நிலைத்திடுவான் நன்கு தன்னுள்ளே அறிவாளி!! 16.8

❧

ஆசையுற்றோனே பிறவிப்பிணி தீர்த்திட
உலகினை விடுத்திட வேண்டுகிறான்!
ஆசையறுத்தவனோ துயர் தீர்ந்து
அகிலத்தில் அல்லலறுவதில்லை யன்றோ!! 16.9

❧

மோக்ஷத்தின் மேல் அபிமானம், உற்ற
தேகத்தின் மேல் மமகாரம் உள்ளவன்
ஞானியுமல்ல யோகியுமல்ல, வெறும்
துயருள் ஆழ்ந்தவன் மட்டுமே அவன்!! 16.10

❧

பரமனும், பரந்தாமனும் பிரம்மனும்
உனக்கு பாடம் புகட்டிடினும்கூட,
மறக்கவில்லை அனைத்தையு மெனில்
உன்னுள்ளே நிலைத்திருக்க இயலாது நீ!! 16.11

17

தனிமையிலே இன்பம்

முகவுரை

அன்றாட வாழ்வில் தர்ம, அர்த்த, காம, மோகஷம் எனும் அறம், பொருள், இன்பம், வீடு என்னும் இலக்குகளை நோக்கி பயணிக்கும் சாதாரண மனிதர்கள் தொடங்கி, ஆன்மீகத்தில் சாதகர்களாக இருக்கும் அனைவருக்கும் தீராத ஆர்வத்துடன் அடிக்கடி எழும் விசாரணை "வீடுபேறு பெற்ற ஞானி"யின் வாழ்வு. அப்படிப்பட்ட ஞானியின் வாழ்க்-கையை நாம் பின்பற்றினால், நமது பயணம் வெற்றி அடையும் என்ற நம்பிக்கை இந்த விசாரணையின் மூலமாக இருக்கலாம்.

தன்னை அறிந்து, தன்னில் நிலைத்திருக்கும் அந்த ஞானி,

1. இவ்வுலகை எப்படி உணர்கிறார்?
2. அந்த உணர்வுடன் இந்த உலகில் எப்படி வாழ்கிறார்?
3. அவருடைய செயல்களில் வேறுபாடுகள் உள்ளனவா?
4. தன்னுணர்வு இல்லாமல் தூய உணர்விலே எப்படி நிலைத்திருக்க முடியும் அவரால்?

இது போன்று எண்ணற்ற கேள்விகள் நம் மனதை வருடுகின்றன.

அத்வைத வேதாந்தத்தில் அதி உயர்நிலையில் இருக்கும் ராஜ ரிஷி ஜனகருக்கும், ஆசான் அஷ்டாவக்ர முனிவருக்கும் இடையேயான உரையாடல், இந்த அத்தியாயத்தில் சாதகர்களின் மனவருடல்களை உணர்ந்து, அவர்களின் கேள்விகளுக்கு பதிலளிப்பது போல இருக்கிறது.

ஒரு பரிபூரண மனிதனின் உள்ளார்ந்த நிலை, அவன் தனது அறி-வொளியில் மகிழ்வது என்பதைப் புரிந்துகொள்வது அவன் போன்ற ஞானிகளினால் மட்டுமே இயலும். அவர்களுக்கு இயலுமென்றாலும், அவர்கள் அவன் நிலைதனைப் புரிந்து கொண்டாலும் அதனை வெளிப்-படுத்துவது மிகவும் கடினம். வார்த்தைகள் வரையறுக்கும். இவ்வாறு விவரிக்க முடியாததை விளக்கவும், விளக்க முடியாததை விவரிக்கவும் அல்லது வரையறுக்க முடியாதவற்றை வரையறுக்கவும் நிர்ப்பந்திக்கப்-பட்ட ஆசான்கள், தங்கள் மாணவர்களின் சிந்தனை மனதிற்குள் இத்-கைய புரிதலை பரிந்துரைப்பதில் பல்வேறு நுட்பங்களைக் கடைப்பிடிக்க வேண்டியிருந்திருக்கும். அதலினாலோ என்னவோ, ஞானியின் நிலை-தனை முனிவர் முரண்பாடுகளெனத் தோன்றும் எதிர்மறை சொற்களால் தொகுத்து வழங்குகிறார் இந்த அத்தியாயத்தில். ஞானியானவன் இப்படி செய்வான், இப்படி நடப்பான், இப்படி நடக்க மாட்டான், இப்படி இருக்க மாட்டான், இப்படி இல்லை, அவன் செயல் புரிந்தாலும் அச்செயலில் செயல் ஏதுமில்லை போன்ற சொற்களை நம் காணுவோம் இந்த அத்-தியாயத்தில்.

பிரம்ம ஞானத்தை பெற்ற ஞானிகள், மன நிறைவடைந்து, ஆசை-களை அறுத்து, மன அமைதியுடன், ஸர்வ வ்யாபகமாக இருந்து கொண்டு எல்லவற்றிலும் வ்யாபிக்கிறார்கள். பார்க்குமிடமெல்லாம் நீக்-கமற நிறைந்த பரிபூரானந்தமான தூய இருப்பாய் தம் தூய மனதில் உணர்கிறார்கள். அப்படி அஹம் பிரம்மாஸ்மி என்ற ஞானத்தில் ஸ்தி-ரமாக, நிலையாக நின்று, இருக்கும் வரை ஜீவன் முக்தனாகிறார்கள். இந்த நிலையில் தேஹாத்ம புத்தியும், ஜீவாத்ம புத்தியும் இல்லை. பிரம்-மாத்ம புத்தி மட்டுமே இருக்கிறது. அதாவது, அஹம் தேஹாஸ்மி, அஹம் ஜீவோஸ்மி இரண்டும் அழிந்து அஹம் ப்ரம்மாஸ்மி என்ற உணர்வு ஒன்றே எஞ்சியுள்ளது. அத்தகைய ஞானிகள்

பரம்பொருள் தத்துவத்திலேயே யாண்டும் மனதை நிலை நிறுத்துவர். எங்கும் நிறைந்த பரம்பொருளாகவே தன்னை உணர்பவர்கள். "பூர்ணம்

இதம்" என்று உணர்பவர்கள். தன்னை எவரோடும் ஒப்பிடுவதுலை, ஏனெனில் ஒப்பிடுவதற்கு ஒரு பொருளும் இலை; அனைத்தும் பிரம்மம். ஸர்வம் ப்ரம்ம மயம் அவர்கட்கு. பற்றற்றான் பற்றினை பற்றி விட்ட-வர்கள் அவர்கள் மனது நிஸ்சல தத்வம் - சஞ்சலமில்லாதது. தனித்-தன்மையை பரிபூரணமாக நீக்கியவர்கள். மனத்தூய்மை - மனத்துக்கண் மாசிலன் ஆகியோர். ஞான யோகத்தில் உத்தம அதிகாரி. வேதாந்த சாஸ்திரங்களை ஸ்ரவணம், மன்னம், நிதித்யாஸனம் செய்வோர் பரம்-பொருள் என்ற இலக்கை விட்டு விலகாமல், முயற்சியில் சிறிதும் தளரா ஸாதகர்கள். வேதாந்த மையக் கருத்தில் ஐயம், திரிபு ஏதும் சிறிதே-னும் இல்லாதவர்கள். அவர்களுக்கு உலகியல் நோக்கில் மரணம் என்று ஒன்று இருந்தாலும், அவர்களைப் பொறுத்தவரை அவர்களுக்கு மரணம் என்று ஒன்றில்லை.

இருபது ஸ்லோகங்கள் அடங்கிய அந்த அத்தியாயத்தில், பத்தொன்-பது ஸ்லோகங்களில் இத்தகைய வர்ணனை முயற்சியை மேற்கொண்ட-பிறகு, இறுதி ஸ்லோகத்தில், தனது வரம்பினை வெளிப்படுத்தி, தன்னை அறிந்து தன்னில் நிலைத்திடும் ஞானியை, சொற்களால் வர்ணிக்க முடி-யாது என்று முடிக்கின்றார் அஷ்டாவக்ர முனிவர்.

இந்த இருபது ஸ்லோகங்களும், சாதகர்களின் சிந்தனையை தூண்-டும் புத்தியை ஒரு குறிப்பிட்ட திசையில் திருப்பக்கூடிய வழிகாட்டிகள். திசை திரும்புவது, சிந்தனையைப் பெருக்கி விசாரம் செய்வது நம் கையில்.

ஸ்லோகங்கள்

அஷ்டாவக்ர முனிவரின் அருளுரை

சொல்லவொன்னா தனிமை
உளநிறைவும் புலத்தூய்மையுடன் என்றும்
கைவல்யத்தில் களிப்பவனுக்கு அன்றோ
மெய்யறிவின் யோகத்தின் பலன் கிட்டும்!! 17.1

அறுதி உண்மை என்றும் அறிந்தோனுக்கு
அகிலமதில் துயரேதுமல்லை அன்றோ!
கைவல்யமாய் அண்டங்களனைத்திலும்
நீக்கமற அவன் நிறைந்திருப்பதனாலே !! 17.2

புலனின்பம் சுவைக்காது எந்நேரமும்
கைவல்யக் களிப்பில் இருப்போனுக்கு!
குமஞ்ச இலை இனிப்பு நாடும் களிறு
கசந்திடும் வேப்பிலை நாடாததொப்ப!! 17.3

சுவைத்த பொருளின்பமதின் மனப்பதிவு ஏதுமில்லாமல்
சுவைத்திடா பொருளின்பமதின் வேட்கை ஏதுமில்லாமல்
எவரேனும் இருப்பது அரிதன்றோ இவ்வுலகம்தன்னில்!! 17.4

பொருட் சுவையை நாடுபவனையும்,
புவியைத் துறக்க விழைபவனையும்
காணமுடியும் பரந்த இவ்வுலகிலே!
சுவையிலும் துறவிலும் சிறிதேனும்
விருப்பமில்லா உத்தமன் ஒருவன்
கிடைத்தற்கரியவன் இவ்வுலகிலே!! 17.5

அறம் பொருள் இன்பம் வீடு
வாழ்வு இறப்பு அனைத்திலும்
விருப்பு வெறுப்பு ஏதுமில்லா
விரிமனதுடையோன் எவருளரோ !! 17.6

அண்டக் கலைப்பதனுக்கு ஏங்குவதும் இல்லை
அதன் இருப்புதனில் வெறுப்பும் ஏதும் இல்லை
எது வந்த போதிலும் அதனில் நிலைத்திடுவான்
நற்பேறு பெற்ற அறிவுடையோன் மகிழ்வுடனே !! 17.7

மெய்யறிவால் நிறைவடைந்து மனம் கரைந்து
கண்டு கேட்டு முகர்ந்து தொட்டு உண்டு
மகிழ்வுடனே வாழ்கின்றான் ஆத்மஞானி !! 17.8

பிறவிப் பெருங்கடல் வற்றியவனுக்கு
பார்வையில் உள்ளது வெறுமையே
வினைகளில் அர்த்தம் இல்லையே
புலன்களில் நாட்டம் இல்லையே !! 17.9

விழிப்புமில்லை உறக்கமுமில்லை
விழிகள் மூடுவதில்லை திறப்பில்லை
விடுதலை பெற்ற ஆன்மா எங்குமே
இருக்கிறதன்றோ பரம்பொருளாய்!! 17.10

எங்கும் தன்னுள் நிலைத்து
எதிலும் ஆசைமாசு களைந்து
எல்லா வாசனையும் விடுத்து
என்றும் களிப்பான் முக்தன் !! 17.11

கண்டு கேட்டு தொட்டு முகர்ந்து
உண்டு ஏற்று புகன்று நடந்து
விருப்பு வெறுப்பு விடுத்த உத்தமன்
வீடுபேறு பெற்றவன் அன்றோ!! 17.12

தூற்றலும் போற்றலும் மகிழ்ச்சியும் சினமும்
கொடுக்கலும் வாங்கலும் இல்லா முக்தன்
பொருளின்பம் அனைத்தும் விடுத்தவன் !! 17.13

காதலூறித் ததும்பும் கன்னியினையும்
காலனவன் நெருங்கி வருவதனையும்
கண்டும் மனக்கலக்கம் ஏதுமின்றியே
உறுதியுடன் தன்னுள்ளே நிலைத்திடும்
உத்தமன் அவனுக்கன்றோ வீடுபேறு!! 17.14

சுகம் துக்கம் ஆண் பெண் செல்வம் இன்னல்
எனும் வேற்றுமை ஏதும் இல்லாது சமநிலையில்
அனைத்தையும் காண்பவன் அன்றோ தீரன்!! 17.15

வன்மையோ கருணையோ செருக்கோ பணிவோ
விந்தையோ கலக்கமோ உணர்ச்சிகள் ஏதுமே
வாழ்வதனை கழித்துக்கடந்த மானிடனுக்கில்லை!! 17.16

விருப்பு வெறுப்பேதுமின்றி புலப்பொருள்தனிலே
விடுபட்ட மனதுடன் எப்பொழுதும் ஏற்றிடுவான்
அடைந்ததையும் அடையாததையும் முக்தன் !! 17.17

சிந்தனை, எண்ணமின்மை, நன்மை, தீமையெனும்
வேற்றுமைகளை அறிவதில்லை மனவெறுமையோன்!
கைவல்யமதனில் முழுமையில் நிலைத்திடுவன் அவன்!! 17.18

தன்முனைப்பும் தன்னுணர்வும் ஏதுமில்லாமல்
இருப்பேதுமில்லையென ஐயம் திரிபுமில்லாமல்
அனைத்து ஆசைகளும் தனக்குள் கரை ஞானியர்
கர்மங்கள் புரிந்திடினும் கர்மமேதும் புரிவதில்லை!! 17.19

மனம் செயலின்றி மருவு,
மந்தம், கனவு கலைந்து
சொல்லவொன்னா ஏதோ
ஒரு நிலையதனில் நிலை
மனம் கரைந்த ஞானி அவன்!! 17.20

18

ஆனந்த அமைதி

முகவுரை

தன்னை உடலுடன் அடையாளம் கண்டு வாழும் சம்சாரியிலிருந்து மன அறிவுடன் தன்னை அடையாளமிடும் தத்துவவாதியாகி, நான் உடல் மனம் புத்தியெனும் தன்னுணர்வே எனும் ஆரம்ப நிலை வேதாந்தியாய், பின்னர் நான் தன்னுணர்வல்ல, நான் சாட்சி உணர்வு என்ற மத்ய வேதாந்த நிலை கடந்து, நான் வேறுபடுத்தப்படாத உணர்வே எனும் உத்தம வேதாந்தத்தை ஏற்று, இறுதியாக அறுதி உண்மையான பரம்பொருளே, தூய உணர்வே நான் என ஐயம் திரிபற அறிந்துணர்ந்து இருமையிலா ஒருமையாய் இருப்பவனே பிறவிப்பிணி தீர்த்த முக்தன்.

உத்தம நிலை கடந்து இறுதி உணர்வு நிலையிலிருக்கும் ராஜரிஷி ஜனகருக்கு இதுவரை அறிவுரைகள் வழங்கிய அஷ்டாவக்ர முனிவர், இந்த பதினெட்டாவது அத்தியாயத்தில் நூறு ஸ்லோகங்கள் வழியாக, தன் அறிவுரைகளை தொகுத்து வழங்குகிறார்.

அஷ்டாவக்ர கீதையின் இந்த 18வது அத்தியாயம், நூறு (100) ஸ்லோகங்களைக் கொண்ட மிகப்பெரிய அறிவுரை. ஸ்ரீமத் பகவத் கீதையின் 18 வது அத்தியாயத்தைப் போலவே, இது முந்தைய அத்தியாயங்களில் கூறப்பட்ட அனைத்தின் சுருக்கமாகக் கருதலாம்.

இந்த அத்தியாயத்தில், ஆத்மா எனும் தூய உணர்வினை அறிந்துணரந்து அதில் நிலைத்திருப்பது என்ற குறிக்கோள், ஒரு மேலோட்டப்

பார்வையாகவோ அல்லது விளக்கவுரையாகவோ கூறப்படவில்லை. மாறாக, அஷ்டாவக்ர முனிவரின் சொற்களைப் போல, ஒவ்வொரு ஸ்லோகத்திலும் ஒரு ஞானியை தெளிவாக சித்தரிக்கும் அதே வேளை-யில், அறுதி உண்மையான (தெய்வீக யதார்த்தத்தின்) தூய உணர்வின் இருப்பு, சுட்டிக்காட்டப்படுகிறது. சுருக்கமாக, இந்த ஸ்லோகங்கள் சாத-கர்களின் அறியாமை என்ற கோட்டையைத் தகர்த்து, பேரின்பத்தை உணர்வதில் எப்படி முன்னேறலாம் என்பதைப் பற்றிய அறிவுரைகள் நிரம்பியது..

உபநிடதங்கள் மற்றும் ஆழமான அத்வைத தத்துவ செல்வங்கள், இந்த அத்தியாயம் முழுவதும் கொட்டிக்கிடக்கின்றன. அவைகள், முனி-வரின் கம்பீரமான, அழகான பிரகாசமான சொற்களின் வாயிலாக சாத-கர்களின் பாதையை ஒளிரச் செய்கிறது.

1. தத் த்வம் அஸி — தத் - அது; துவம் - நீ; அஸி - ஆகிறாய். அது நீயாக இருக்கிறாய்.

2. அஹம் ப்ரஹ்மாஸ்மி — அஹம் - நான்; அஸ்மி - ஆகிறேன். நான் பிரம்மமாக இருக்கிறேன்.

3. ப்ரஜ்ஞானம் ப்ரஹ்ம — பிரக்(ஞை) - உணர்வு, இதை சத் என்று கூறுவர்; ஞானம் - அறிவு, இதை சித் என்று கூறுவர்; இறைவனுக்கு இவை இரண்டும் பூரணமாக உண்டு. பிரம்மம் பேருணர்வுப் பொருள்

4. அயமாத்மா ப்ரஹ்ம — அயம் - அது . இந்த ஆன்மாதான் பிரம்மம்.

என்ற உபநிஷத மஹா வாக்கியங்கள் புதைந்திருக்கும் இந்த அத்-தியாயத்தில், நமது விசாரத்தை தூண்டும் நிஷ்பிரபஞ்ச (சார்பியல் தன்மைக்கு அப்பாற்பட்டது); நிராசா (சுவையற்றது); நிஸ்-ஸ்வபாவா (இயற்கையான பண்புக்கூறுகள் இல்லாமல்); நிரயாச (முயற்சியற்ற) போன்ற பல சொற்கள் உள்ளடங்கியுள்ளன.

இந்த அத்தியாயத்தின் ஸ்லோகங்கள் நம்மை எல்லையற்ற பேரின்ப மண்டலத்திற்குள் அழைத்துச் செல்கிறது. அஷ்டாவக்ரரின் தெய்வீக அனுபவம், இனிமையான எதிர்மறை சொற்களாக, நோக்கமுள்ள, மாறாத மற்றும் குழப்பம் போல காணப்படும் அறிவுரைகளாக வெளி-

வருகிறது. சாதகன் புரியும் இந்த அத்தியாய பயணம் அவனது தன்-னுணர்வை விடுத்திட பெரும் உதவி புரியும். ஆத்மாவில் முழுமையாக நிலைநிறுத்தப்பட்ட ஒரு ஞானமுள்ள மனிதனின் வாழ்க்கையையும், அவனின் அனுபவத்தையும், ஸ்லோகங்களில் உள்ள சொற்களின், வரி-களின் இடையில் வெளிப்படுத்துவதே இந்த அத்தியாயத்தின் கருப்பொ-ருள். இந்த அத்தியாய முடிவில், இலக்கை அடையத் தவறிய மாண-வர்களும்கூட, முடிவில்லா ஆனந்தத்தை அனுபவித்து, வாழ்க்கையில் தன்னிச்சையாக சமாதியில் வாழ்கின்ற அனைத்து முனிவர்களிடமும் பக்தியுடனும் மரியாதையுடனும் இருக்க உதவும் என்பதில் ஐயமில்லை என்று தனது முன்னுரையில் ஸ்வாமி சின்மயானந்தா கூறுகிறார்.

❧

ஸ்லோகங்கள்

அஷ்டாவக்ர முனிவரின் அருளுரைத் தொகுப்பு

எந்த அறிவொளியின் உதயமதனால்
மருவுகள் கனவென கலைந்திடுமோ
அந்த அமைதியின் ஆனந்தவடிவான
அருட்பெரும் ஜோதியைப் பணிவாய்!! 18.1

❧

அகிலப் பொருட்கள் அனைத்தும் அடைந்து
அனைத்து இன்பமும் அளவிளாது அடைவர்!
அனைத்தும் துறந்தாலன்றி ஆனந்தம் கிட்டாது !! 18.2

❧

வினைவிளை துக்கப் பரிதியின்
வெப்பம் சுட்டெரி உள்ளமதற்கு
வேறெங்கே கிட்டிடும் ஆனந்தம்,

அமிழ்தெனப் பெய் ஓயாமழையாம்
அவாவின்மை ஒன்றிடம் தவிர்த்து!! 18.3

உலகம் உள்ஞுணர்வில் ஒரு சிந்தனை மட்டுமே,
உண்மையில் அதற்கு இருப்பு ஒன்றும் இல்லையே!
இருப்பின் இன்மையின் இயல்பினை அறிவோன்
இருப்பினை என்றுமே இழப்பதில்லையே !! 18.4

உலகம் உள்ஞுணர்வில் ஒரு சிந்தனை மட்டுமே,

தொலைவில் இல்லா, வரையறை இல்லா,
அடைய இயலா, இருமையிலா, வினையிலா,
மாற்றமிலா, மாசிலா உணர்வெனும் ஆத்மா
என்றுமே அடையப்பட்டதே அன்றோ !! 18.5

அறியாமை மாயை அகன்றவுடனே
ஆன்மா ஒன்றே அறியப்படுகிறது!
சோகம் விடுத்து ஒளிர்வர் அன்றோ
மாயப்புரை அகன்ற நோக்குடையோர் !! 18.6

இருந்திடும் அனைத்தும் கற்பனையொன்றே!
விடுதலை என்றும் அழிவிலா ஆன்மாவிற்கே!
இவைதனை அறிந்திருந்தும் தீரன் வினைதனை
சிறுவனெனப் புரிவதுதான் என்னவன்றோ !! 18.7

சீவனே சிவன் என ஆணித்தரமாய் அறிந்து
இருப்பும் இன்மையும் எல்லாமே கற்பனையென
அறிந்த அவா அறுத்தவன், அறிவதுதான் என்ன,
புரிவதுதான் என்ன, உரைப்பதுதான் என்ன !! 18.8

இது தான் அது, அது தான் நான்,
இது இல்லை நான் என்ற கற்பனை
அனைத்தும் அணைந்திடுமே, அனைத்தும்
ஆத்மாவே என்பதை ஐயம்திரிபற
அறிந்து அமைதி அடைந்த யோகிக்கு!! 18.9

திரிபு, ஓர்முகச்சிந்தனை, அறிவு,
அறிவின்மை, இன்பம், துன்பம்
ஏதுமில்லை அமைதியுற்றோனுக்கு!! 18.10

மாநிலம் ஆண்டாலும், மடிப்பிச்சை எடுத்தாலும்
லாபம் அடைந்தாலும், நட்டம் ஏற்பட்டாலும்
மானிடரிடை வாழ்ந்தாலும், மரக்காட்டினிலே வசித்தாலும்
ஆசை அதிரலைகள் ஏதுமிலா இயல்புடை யோகிக்கு
வேற்றுமைச் சிறப்புகளென்று ஏதும் இல்லையன்றோ !! 18.11

அறம் பொருள் இன்பம் விவேகம் எங்கே,
செய்தது செய்யாதது எனும் எதிர்மறை
இருமைகளைக் கடந்த யோகிக்கு!! 18.12

கடமைகளேதுல்லை, இதயப்பற்றேதுமில்லை
வாழ்வதனில் வீடினில் நிலைத்திட்ட யோகிக்கு!
அவனின்றி அவன் வாழ்க்கை தொடர்கிறது !! 18.13

மருவு எங்கே அகிலம் எங்கே தியானம்தான் எங்கே
முக்தி எங்கே, ஆசைகளின் அதிர்வுலக எல்லை கடந்து
தன்னுள்ளே ஓய்ந்திருக்கும் மகாத்மா அவனுக்கு !! 18.14

அகிலத்தை காண்பவன் எவனோ அவனுக்கே துறக்கும் முயற்சி!
ஆசை எண்ணப் பதிவுகள் ஏதுமிலாதோனுக்கு என்ன முயற்சி?
அகிலத்தை கண்டிடினும், கண்டு கொள்வதில்லை அவன்!! 18.15

பரம்பொருள் கண்டோன் கடவுளென எண்ணலாம் தன்னை!
எண்ணமிலா இருமையிலான் எண்ணுவதற்கு என்னவோ? 18.16

தன்னுள் சிதறல் காண்போனே
தன்னை கட்டிட வேண்டுமன்றோ!
தன்னுள் சிதறல் காணா உத்தமன்
அடைவதென்று ஏதுமில்லையே!
தான் செய்திட என்னதான் உளதோ!! 18.17

சாதாரண மனிதனென வாழ்ந்திடினும்
அசாதாரண மனிதன் அன்றோ ஞானி!
தியானத்தில், சிதறலில், ஈடுபாட்டில்
தீரன் தன்னைக் காண்பதில்லையே !! 18.18

இருப்பும் இன்மையும் கடந்து திருப்தியுடன் எண்ணப் பதிவுகள்
அனைத்தும் அழித்த புத்திமான், புரிவதில்லை எவ்வினையும்
சுறுசுறுப்பென புரிவதென உலகின் பார்வை கண்டிடினும்!! 18.19

அறவாழ்வோ துறவறமோ துயர் ஏதுமில்லை
நடக்கும் வினைகளில் நடந்து மகிழ் ஞானிக்கு !! 18.20

முன்வினைப் பலனென வீசும் காற்றினிலே
உலர் இலையென தானாக அலைந்திடுவான்
அவாவும் பந்தமும் விடுத்த சுதந்திர ஞானி !! 18.21

ஆர்க்கும் பிறவிக்கடல் கடந்தோன்
காண்பனோ எங்கும் இன்பமும் துயரும்?
அமைதியான சமநிலை மனதுடன் அவன்
உடலிலா உயிரென உளதா என்றோ!! 18.22

எங்கும் துறப்பதற்கு விழைவில்லை
எங்கு இழப்பினும் உணர்வுமில்லை
அமைதியான தூய குளிர்மனதுடைய
ஆத்மாதனிலே மகிழும் தீரனுக்கு !! 18.23

இயல்பான வெறுமை மனதுடன்
தானாக வரும் செயல்கள்தனை
சாதாரண மனிதனொப்ப புரிந்து
மான அவமான பாதிப்புகளேதும்
இல்லாமல் இருப்பான் ஞானி !! 18.24

புரிவது அனைத்தும் உடலே
தூய உணர்வான நானல்ல
எனும் எண்ணம் இணங்கி
வினைகள் புரிபவன் எவனோ
அவன் வினைகள் புரிந்திடினும்
புரியாதவனே அன்றோ!! 18.25

புரிவது ஏனென அறியா அறிவிலி

போல் வினைதனைப் புரிந்திடினும்
அறிவிலா மூடனல்ல ஜீவன்முக்தன்!
வளமுடன் மகிழ்வுடன் உலகதனில்
வாழுமவன் அருள் திகழ்வனன்றோ!! 18.26

பகுத்தாய்வுகள் பல புரிந்து
களைத்து விலகி ஓய்வெடுக்கும்
ஞானி, சிந்திப்பதோ, அறிவதோ
கேட்பதோ காண்பதோ இல்லை !! 18.27

தியானப் பயிற்சியும் மன அதிர்வலைகளும் இலா ஞானிக்கு
விழைவேதுமில்லை முக்தியிலே, மற்றவையேதும் இல்லையே!
காணுமனைத்தும் கற்பனையேயென ஐயம் திரிபற அறிந்து
ஞானியெனும் மகான் நிலைத்திடுவான் பரம்பொருளாகவே!! 18.28

தன்னுணர்வோனுக்கு உடலால் வினையில்லை
என்றிடினும், மனதால் வினையுண்டு !
தன்னுணர்வினை விடுத்திட்டோன் உடலால்
வினைகள் புரிந்திடினும், மனதால் அவன்
வினைகள் ஏதும் புரிவது இல்லையே !! 18.29

தொல்லையேதுமில்லை, திருவுளங்கொள்வதில்லை,
வினையில்லை, அதிர்வுகளும் ஆசைகளும் ஏதுமில்லை,
ஐயம் அகன்று ஞானியின் மனம் ஒளிர்கின்றதன்றோ!! 18.30

தியானத்திலோ செயலிலோ ஈடில்லை யெனினும்
தன்னிச்சையாய் உள்நோக்கமின்றி ஞானி மனம்
தியானத்திலும் செயலிலும் சுறுசுறுப்பாய் ஈடுபடும்.!! 18.31

❦

அறுதி உண்மையை உள்ளபடி கேட்டபின்
அறிவிலிகள் அடைவதன்றோ குழப்பம்!
அறிஞர் சிலர் முடங்கிடுவர் மூடனொப்ப !! 18.32

❦

மனதை ஒருமுகப்படுத்துவதும் கட்டுப்படுத்துவதும்,
மூடர்கள் இடைவிடாது புரிந்திடும் பயிற்சிகளன்றோ!
ஆழ் உறங்கும் மனிதன் ஒப்ப ஆத்மாவிலேயே நிலைத்திட்டு
ஞானி, அடைவதற்கு ஏதுமில்லையெனக் கண்டிடுவான் !! 18.33

❦

முயற்சியின்மையாலோ முயற்சியினாலோ
மூடர்கள் அடைவதில்லை ஆழ்அமைதிதனை!
அறுதி உண்மைதனை ஐயம்திரிபற அறிந்த மாத்திரமே
அடைந்திடுவன் ஞானி ஆழ்அமைதியினையே!! 18.34

❦

தூய்மையான அறிவொளியாய் அன்புமிகு
முழுமையுடன் அண்டமனைத்தும் கடந்த
மாசிலா ஆத்மாதனை அறியா மானிடர்
அகிலம்தனில் புரிந்திடுவர் பயிற்சிகள் பல !! 18.35

❦

மோக்ஷம் அடைய இயலாது அதிமூடரால்
யோகம் வடிவில் பயிற்சிகள் புரிந்திடினும் !
இயலறிவார்ந்த உணர்வொளி ஒன்று கொண்டே
வீட்டினில் மாறாது நிலைத்திடுவன் அருளுடை ஞானி !! 18.36

❦

அந்தப் பரமனாகவே இருந்திட வேண்டுமென்ற
அவாவினால் பரமனை அடைய இயலாது மூடரால்!

ஆசையேதுமின்றிக்கூட உறுதியுடன் மெய்யறி ஞானி
ஆண்டவனின் இயல்பதனை இனிதே உணர்கிறான் !! 18.37

ஆதாரமேதுமின்றி வீடு ஆர்வமுடை மூடர்
அளித்திடுவர் அகிலத்திற்கு ஊட்டச்சத்து!
அவ்வுலகின் அடிவேரினை அறுத்தெரிந்து
அறியாமை மூலத்தை அழித்திடுவர் ஞானியர்!! 18.38

அமைதியை விழைவதால் முடனுக்கு
அமைதி ஏதும் கிட்டுவதில்லை!
அறுதி உண்மைதனை உறுதியுடன் ஞானி
அறிந்துணர்வதால் என்றும் மனஅமைதி!! 18.39

அகிலத்தைக் காணும் ஒருவனுக்கு
ஆத்மாவின் காட்சி எங்கனம்?
அதுவும் இதுவும் காணா ஞானி
காண்பது மாறா ஆத்மா ஒன்றையே!! 18.40

மனக்கட்டு முயலும் அதிமூடனுக்கு
மனதினைக் கட்டுவது எங்கனம்?
தன்னில் களித்திரும் ஞானிக்கு
தானாக வற்றாத களிப்பன்றோ !! 18.41

இருப்பு உண்டு என்பர் ஒரு சிலர்
இருப்பேதும் இல்லை என்பர் வேறு சிலர்
இருகருத்தும் இலாது மனச்சிதறலேதும்
இலாது இருப்பவர் அரிதன்றோ !! 18.42

தூய்மையான ஒருமையென ஆத்மாவை
துதிபாடுவர் மந்தபுத்தியுடை மானிடர்!
அறிந்துணராமல் மருவினால் அவர் துயர்
அடைவர் வாழ்ந்திடும் வரையில் !! 18.43

வீடு விழைவோனின் புத்தி ஏதேனும்
ஆதாரம் இலாமல் இருக்க முடியாது!
ஞானியின் ஆசையிலா புத்தி இருந்திட
ஆதாரம் ஏதுமில்லை என்றுமே !! 18.44

புலப்பொருளெனும் புலி கண்டு
அஞ்சுபவன் அடைக்கலம் தேடி
மனக்குகை நுழைவான் உடனே
மனதை ஒருமுகத்துடன் கட்டிட!! 18.45

ஆசையிலாதானெனும் அரிமாதனைக் கண்டு
யானைகளாம் புலப்பொருட்கள் புறமுதுகு ஓட்டம்!
இயலவில்லையெனில் முகஸ்துதியராய் பணிவிடை!! 18.46

முக்திக்கு மூச்சுத் திணறும் முயற்சியில்லை
ஐயம் திரிபிலா பக்குவமனதுடையோனுக்கு!
கண்டு கேட்டு முகர்ந்து தொட்டு அவன்
உண்டு மகிழ்வுடனே வாழ்கின்றான்!! 18.47

அறுதி உண்மை கேட்ட மாத்திரம்
அமைதிநிலை கண்ட தூய புத்தியோன்,
முறை, தவறு, உதாசீனம் என்றெனவே

முற்றிலும் காண்பதில்லை அன்றோ!! 18.48

எச்செயல் எப்போது வந்திடினும்,
அச்செயல் நல்லதா தீயதா எனப்
பாராது கட்டின்றிப் புரிந்திடுவான்
பாலகனின் சேட்டை போல ஞானி !! 18.49

சுதந்திரத்தால் கிட்டும் மகிழ்வு
சுதந்திரத்தால் அடைவோம் உயர்வு
சுதந்திரத்தால் பெறுவோம் அமைதி
சுதந்திரத்தால் பரம்பொருள் நிலை !! 18.50

வினைபுரிபவன் வினைப்பலன் நுகர்பவன்
இல்லை உள்ளுறை ஆத்மா என உணர்வது
எப்போதோ அப்போதே அழிந்திடுமன்றோ
மனச்சிந்தனை இயக்கங்கள் யாவுமே !! 18.51

தீரனின் தடையேதுமிலா தன்னிச்சையாய்
இயற்கையான நிலை ஒளிர்விடும் அன்றோ!
பிணை மனமுடை மூடரின் போலி அமைதி
நிலையோ இயற்கையானது அல்லவே !! 18.52

களிப்புகளில் விளையாடிப் பேரின்பமும்
மலைக்குகைகள்தனில் ஓய்வெடுத்தும்
மகிழ்ந்திடுவான் மனக் கற்பனையிலா
மட்டிலா வீட்டினை அறிந்த தீரன் !! 18.53

வேதியனை, தேவனை, வேந்தனை புனிதத் தலத்தினை,
அணங்கையை, அன்பரைக் கண்டு பூசிடும் தீரனுக்குத்
துளியேனும் இல்லையே பதிவுகள் இதயமதில் !! 18.54

பணியாளர், புத்திரர், பெண்டிர், பேரர், உறவினர்களின்
ஏளனமும் ஏசுதலும் கண்டு சிறிதும் கலங்கான் யோகி!! 18.55

மகிழ்ந்திடினும் மகிழ்வில்லை
வருந்திடினும் வருத்தமில்லை
தீரனொப்பவர்தாம் அறிவர்
விந்தையான இந்நிலையை!! 18.56

கடமை உணர்வே சம்சாரமெனும் உலகம்!
காண்பதில்லை இதனை கற்றறிந்த ஞானி
கறைபடா வடிவமிலா மாறா முழுமையினால்!! 18.57

செயல்கள் ஏதும் புரியாமால்கூட மனஅதிர்வால்
எந்நேரமும் கலக்கமுடன் இருப்பான் மூடன்!
செயல்கள் புரியும்போதிலும் மனஅதிர்வுகள்
இலாமல் இருப்பானன்றோ ஞானி!! 18.58

சுகமாக அமர்ந்து, சுகமாக உறங்கி,
சுகமாக வந்து, சுகமாகச் சென்று
சுகமாகப் பேசி, சுகமாக உண்டு,
நடைமுறை விவகார வாழ்வதனில்
இருந்திடுவான் அமைதியான ஞானி !! 18.59

அன்றாட வாழ்வதனில் மானிடர் போலின்றி,
அடைவதில்லை இன்னல் இயல்பெனவே!
அமைதிநிறை பேர் ஏரியென துயரணைந்து
அவர் ஒளிர்விடுவர் அன்றோ!! 18.60

விடுப்புகூட வினையாய் விளையும் மூடனுக்கு!
வினைபுரிந்தும் வினைப்பயனாய் விளைவது
விடுப்பு அன்றோ தனையறிந்த ஞானிக்கு!! 18.61

காட்டுவான் மூடன் அடிக்கடி உடமைகளில் வெறுப்பு !
காயப் பற்றிலாதானுக்கு எங்கே விருப்பு வெறுப்பு !! 18.62

சிந்தனை, சிந்தனையின்மை இவை மீது என்றுமே ஈடு மூடனுக்கு!
சிந்தனை, சிந்தித்தறியும் விவரிக்க இயலா இயல்புடையதன்மீது,
விழிப்புணர்வு தன்னில் நிலைத்திருப்போனுக்கு !! 18.63

செயலனைத்திலும் செயல்நோக்கு ஏதுமின்றி
செய்திடும் செயலிலும்கூட பற்றேதுமின்றி
இயங்கிடுவன் பாலனென தூய்மையான ஞானி!! 18.64

கண்டு கேட்டு தொட்டு முகர்ந்து உண்டிடினும்
ஆசையேதுமிலா மனதுடை தன்னை அறிந்தோன்
அனைத்து நிலைகளிலும் புண்ணியனே அன்றோ!! 18.65

அகிலம் எங்கே? அசலிலா சித்து எங்கே?
அடைவது எங்கே? அடைவதற்கான கருவி எங்கே?
ஆகாயம் போல என்றும் மாற்றமிலா தீரனுக்கு!! 18.66

ஆசைதனை அறவே அழித்து, முழுமை உணர்வே
தன் இயல்பென அறிந்துணர்ந்து, தன்னியலார்ந்து,
முடிவிலியாம் அப்பரம்பொருளில் நிலைத்தவனுக்கு
அனைத்து மங்கலம் உண்டாகுக!! 18.67

உரைத்திட இதற்கு மேலும் என்னதான் உளதோ?
உண்மையறி உத்தமன், புலனின்பம் முக்தி நாடான்
உளமதனில் எந்நேரமும் எங்கும் இச்சையிலான்!! 18.68

பேர்நுண்அறிவு முதல் இருமையான
அகிலம் வரை அனைத்தும் வெறும்
பெயர்களின் வெளிப்பாடுகளேயென
அனைத்தும் துறந்த தூயஉணர்வோனுக்கு
உளதோ கடமைகளேனும் எஞ்சி? 18.69

இங்கு அனைத்தும் மாயையின் விளைபொருளே
இருப்பது என்று வேறேதுமில்லை இது உறுதி!
புலப்படாதது ஒளிர்கிறது தூயவனுக்கு என்பதனால்
இயல்பெனவே அமைதி அடைகிறா என்றோ!! 18.70

தூயச்சுடரொளி இயல்புடையோனாம்,
புலன்வழி உலகம் காணாதோனுக்கு,
விதிகளேது, விரத்தியேது, விடுப்பேது,
இல்லை மனக்கட்டுப்பாடுதானேது !! 18.71

இயற்கைதனைக் காணாது, முடிவிலா வடிவங்களாய்

ஒளிர்வதனையே காண்போனுக்குத் தளையெங்கே,
வீடெங்கே, இன்பம் எங்கே, துன்பம்தான் எங்கே !! 18.72

❧

அறுதி உண்மையின் அறிவினை
அறியும்வரையே உலகின் மாய இருப்பு!
அறிந்தவன் தன்முனைப்பும் தன்னுணர்வும்
அவாவும் ஏதுமின்றி அறிவெனவே ஒளிர்வனே!! 18.73

❧

அழிவிலா துயரிலா ஆத்மாவே நானென்று
அறிந்த முனிவனுக்கு அறிவெங்கே அகிலமெங்கே
உடல் நானே உடலும் எனதே என்பதெங்கே? 18.74

❧

அறிவாற்றல் மழுங்கியோன், மனக்கட்டுக்
கர்மங்களை விட்டுவிட்டானெனில்,
மனதில் ஆசைகளும் கற்பனைகளும்
மலரத் துவங்குகிறது அத்தருணத்திலேயே!! 18.75

❧

அறுதி உண்மைதனைக் கேட்டிடினும்
மழுங்கறிவு மானிடன் மருட்சிவிடான்!
மனஅதிர்வை மறைக்க முயன்றாலும்
நிலைத்திடும் புலப்பொருள் நாட்டம்!! 18.76

❧

ஆன்ம அறிவினால் அவன் வினைகள் உதிர்ந்தாலும்,
மானிடப் பார்வையில் அவன் வினைகள் புரிந்தாலும்,
ஞானி புரிவதற்கோ, உரைப்பதற்கோ வாய்ப்பில்லை !! 18.77

❧

இருளெங்கே ஒளியெங்கே இழப்பெங்கே,

கலக்கம் அச்சம் என்றென்றும் சிறிதேனும்
ஏதுமின்றி இருந்திடும் தீரனுக்கு !! 18.78

துணிவெங்கே விவேகமெங்கே அச்சமின்மைதான் எங்கே
விவரிக்க இயலா, இலக்கணமேதுமிலா யோகிக்கு !! 18.79

சொர்க்கம் இல்லை நரகம் இல்லை
வாழ்வில் வீடும் இல்லவே இல்லை
மேலும் சொல்ல உளதேதுமில்லை
யோக நோக்கில் ஒன்றுமே இல்லை!! 18.80

ஆதாய ஏக்கம் இழப்பின் துயரம்
அடையா ஞானியவன் குளிர்மனம்
அழியாப் பேரின்பத்தால் நிரம்பிடும்!! 18.81

அமைதியோனைத் துதிபாடுவது
அறும்பனை நிந்தனை செய்வது
அவாவின்மையோனுக்கு ஆகாது!
சுகதுக்க சமநிலை திருப்தியுடன்
புரிவதற்கு ஏதும் காணான்!! 18.82

மாறிடும் உலகதனை வெறுப்பதில்லை
ஆத்மாவைக் காண விரும்புவதில்லை
இன்ப துன்பம் விடுத்திட்ட தீரனுக்கு
இறப்புமில்லை உயிருமில்லை!! 18.83

மனைவி மக்கட் பற்றுமின்றி

எதிர் பார்ப்புகள் எதுவுமின்றி
புலப்பொருள் ஆசையின்றி
உடலின் மீதும் சிந்தனையின்றி
ஒளிர்வுடனே வாழ்வன் ஞானி!! 18.84

வருவதில் வாழ்ந்து, சுயமாய் அலைந்து,
பகலவன் மறையும் நேரம் படுத்திருந்து,
நிறைமனதுடன் எங்கும் இருப்பான் தீரன் !! 18.85

இருப்பெனும் அடித்தளமாம் ஆத்மாவிலேயே
இளைப்பாறுவதனால் பிறவிச்சுழலை மறந்து
இவ்வுடல் வீழ்ந்திடினும் எழுந்திடினும் கவலை
இல்லாது இருப்பான் மகான் எனும் ஞானி !! 18.86

உடமைகளேதுமின்றி விருப்பம்போல் திரிந்து
இருமைகளேதுமின்றி ஐயம் திரிபுகள் அறுத்து
அனைத்திலும் பற்றேதுமின்றி தன்னந்தனியே
களித்திடுவானன்றோ புத்திமான் ஞானி!! 18.87

மண்ணாங் கட்டியும் பாறாங்கல்லும்
பொன் கட்டியும் ஒன்றேயென அறிந்த,
தன்னிதய முடிச்சுகளை அறுத்தெரிந்த,
அரச அசுர குணங்களை சுத்திசெய்த,
மமதையேதுமிலாதான் ஒளிர்கிறான் !! 18.88

அனைத்திலும் கருத்தற்று இதயத்தில் சிறிதேனும்
அவாவின்றி முழுநிறைவுடனே வீட்டில் நிலைத்த
ஆத்மனுக்கு நிகர் எவரும் உளரோ? 18.89

❦

அறிந்தும் அறியாமல், தெரிந்தும் தெரியாமல்,
உரைத்திடினும் உரையாமல் வேறு எவருளரோ
அவா அறுத்த ஆத்மஞானியைத் தவிர!! 18.90

❦

அனைத்திலும் நல்லது கெட்டது விடுத்து
ஆசை அறுமின், ஆண்டியோ அரசனோ
அடைந்திடுவர் அவர் மேன்மைதனை !! 18.91

❦

முழநிறைவடை கள்ளமிலா நேர் ஞானிக்கு
சுதந்திரம் எங்கே உரிமைத்தடை எங்கே
உண்மையின் அறிதல்தான் எங்கே? 18.92

❦

ஆத்மாவில் இளைப்பாறி நிறைவடையும்
ஆசையறுத்த துயர் கடந்த ஞானியவனின்
ஆன்ம அனுபவம் எவரிடம் எப்படி கூற இயலும் !! 18.93

❦

சுழுத்தியில் உறங்காது, கனவில் படுத்திருக்காது,
நனவில் விழித்திறாது அனைத்து நிலைகளிலும்
நிறைவுடன் இருக்கின்றான் தீரன் !! 18.94

❦

ஞானி சிந்தித்தாலும் சிந்தனை இல்லை
புலன்கள் இருப்பினும் புலன் இல்லை
அறிவாற்றல் இருந்தும் புத்தி இல்லை
மனிதனாக இருப்பினும் மனிதன் இல்லை !! 18.95

❦

இன்பமுமில்லை துன்பமுமில்லை
பற்றின்மையில்லை பற்றுமில்லை
முக்திக்கு விழையோனில்லை முக்தியுமில்லை.
இதுவாகவும் இல்லை அதுவாகவும் இல்லை !!18.96

கவனச் சிதறல்களிலும் கவனச்சிதைவு இல்லை
சமாதிநிலையிலும் தியானம் இல்லை
மந்த நிலையிலிருந்தும் மந்த மில்லை
கற்றிருந்தும் கல்வி யில்லை ஞானிக்கு!! 18.97

நிலையனைத்திலும் ஆன்மாவில்நிலை முக்தனுக்கு
வினைகளிலிருந்தும் கடமைகளிலிருந்தும் விடுதலை!
அவாயேதுமில்லாததனால் தான் புரிந்த புரியாத
செயல்களின் நினைவேக்கம் ஏதுமில்லை அவனுக்கு!! 18.98

வந்தனையில் மகிழ்ச்சியும்
நிந்தனையில் எரிச்சலும்
மரணத்தினில் கலக்கமும்
வாழ்வதனில் குதுகலமும்
அடையாதான் ஞானி !! 18.99

ஜனத்திரளையோ வனத்தனிமையையோ நாடாது
சமநிலையிலே எவ்விடத்திலும் எந்நிலையிலும்
மன அமைதியுடையோன் நிலைத்திருப்பான் !! 18.100

19

ஆன்மாவின் வாக்கு

முகவுரை

"அறிவைப் பெறுவது எங்கனம்?
முக்தியை அடைவது எவ்விதம்?
பற்றின்மை பெறுவது எவ்வன்னம்?
கற்பிக்க வேண்டும் ஆசானே!! 1.1"

என்று தனது ஆசானாகிய அஷ்டாவக்ர முனிவரிடம் வினவிய ராஜ ரிஷி ஜனகர் ஒரு உயர்நிலை "முமுக்ஷு" மட்டும் அல்ல, அவர் உயரிய நிலையில் உள்ள "ஜிஜ்ஞாஸு" கூட. அதாவது, மோக்ஷத்தை உணர வேண்டும் என்ற பேராவல் மட்டுமல்லாமல், மோக்ஷத்தை ஞானத்தால்தான் உணர வேண்டும் என்று அறிந்து ஞானத்தை அடை-யவேண்டும் என்ற பேராவல் கொண்டவர்.

மோக்ஷம் என்றால் என்னென்பது தீவிர முமுக்ஷத்வமும், ஜிஜ்-ஞாஸத்வமும் உடையவனுக்கே விளங்கும். தன்னை அறிய வேண்டும் என்ற பேரார்வம் உடையவனுக்கே ஆத்ம தத்துவம் விளங்கும். ஜன்ம மரண ப்ரவாஹத்திலிருந்து (சுழல்) ஜீவன் விடுபடுவதற்குப் பெயர்தான் மோக்ஷம் என்ற பொதுவான அபிப்ராயத்தை அறிந்து, இந்தப் பரவா-

ஹம், ஜீவன் இவை அனைத்தும் ப்ரம்மனில் கற்பிக்கப்பட்டுள்ளது என்று புரிந்துகொண்டு, நான் ஏற்கனவே மோக்ஷ ஸ்வரூபத்தில்தான் இருக்கிறேன் என்று அத்வைத வேதாந்த ஸித்தாந்தத்தின்படி அறிந்து, மோக்ஷம் ஸாத்யமல்ல (அடையப்படுவது அல்ல) , ஸித்தம் (அடைந்-தது), நித்யப்ராப்தம் (யாண்டும் அடையப்பட்டிருக்கிறது என்ற ஆத்ம-ஞானத்தை ஆசானுடனான உரையாடல்கள்மூலம் பெற்றவர் ஜனகர்.

கருவுற்றிருக்கும் பெண், கருவைச் சுமப்பது போல, ஆசான் உரைத்த ஆழ்ந்த கருத்துக்களை தன்னுடைய ஹ்ருதயத்தில் சுமந்து விசாரம் செய்து, ஐயம் திரிபுகள் அகற்றி, தெளிவான பேரின்ப நிலையில் இருப்-பவர் ஜனகர். பத்ரகிரியார் கூறுவது போல, " ஆங்காரம் உள்ளடக்கி ஐம்புலனைச் சுட்டறுத்துத் தூங்காமல் தூங்கிச் சுகம்பெறும்" நிலையில் உள்ளவர் அவர்.

"ஆத்மகாமஹ ஆப்தகாமஹ அகாமஹ" என்ற உபநிஷத்தின் கூற்-றுப்படி (ப்ரகதாரண்யகோபநிஷத் 4-4-6), ஆத்மாவை விரும்பி, ஆத்-மாவை அடைந்து, ஆசையற்ற, தன்னை அறிந்து அனைத்தையும் அடைந்த நிலையில் இருப்பவர் ஜனகர். ஆதலினால், இறையருளாலும், குருவின் உபதேசத்தாலும், அருள் பெற்ற அவர் மனம், அவரை நோக்-கித் திரும்பி, அவரது விஷேஷ சைதன்யம், சாமான்ய சைதன்யமயமாகி அவரது தனித்தன்மை நீங்குகிறது.

குறுகிய தன்மையிலிருந்து விடுப்பு பெற்று, "யேஷஹ ஆத்மா ஸவாம் தநூம் தஸ்ய விவர்நூதே" என்ற கடோபநிஷத்தின்படி, அவர் தன்னை சாமான்ய சைதன்யமாகப் (தூய உணர்வாகப்) புரிந்து கொள்-கிறார்.

அந்த பேரின்பநிலையிலிருந்து இப்போது ஜனகர், எட்டு ஸ்லோகங்-கள் வழியாக தனது நிலையை எடுத்துரைக்கிறார்.

ஸ்லோகங்கள்

ஜனகரின் கூற்று

மெய்யறி வெனும் முள்வாங்கி கொண்டு
இதயத்தின் ஆழ்புதை பலவேறு முட்கள்
பிடுங்கி எடுக்கப்பட்டனவே என்னால் !! 19.1

என் மகிமையில் நிலைத்திருக்கும் எனக்கு,
எங்கே அறம், எங்கே இன்பம், எங்கே பொருள்
எங்கே விவேகம், எங்கே இருமை, எங்கே ஒருமை? 19.2

என் மகிமையில் நிலைத்திருக்கும் எனக்கு
எங்கே கடந்த காலம், எங்கே எதிர் காலம்
எங்கே தான் நிகழ்காலம், எங்கே இடம்,
அல்லது நிலைபேறு என்பதுதான் எங்கே? 19.3

என் மகிமையில் நிலைத்திருக்கும் எனக்கு
எங்கே ஆத்மா, ஆத்மா அல்லாதது எங்கே
எங்கே நல்லது எங்கே நல்லது அல்லாதது
எண்ணம் எங்கே எண்ணமல்லாதது எங்கே? 19.4

என் மகிமையில் நிலைத்திருக்கும் எனக்கு
எங்கே கனவு, எங்கே சுழுத்தி, எங்கே விழிப்பு
எங்கே துரியம், அச்சம்தான் எங்கே? 19.5

என் மகிமையில் நிலைத்திருக்கும் எனக்கு
எங்கே தூரம், எங்கே சமீபம் அல்லது
எங்கே வெளிப்புறம், எங்கே உட்புறம்
எங்கே பருநிலை எங்கே நுண்நிலை ? 19.6

என் மகிமையில் நிலைத்திருக்கும் எனக்கு
எங்கே மரணம் அல்லது வாழ்வுதான் எங்கே
எங்கே உலகங்கள் உலகியல்தான் எங்கே
எங்கே ஒடுக்கம் சமாதிதான் எங்கே ? 19.7

வாழ்விலக்கு மூன்றின் பேச்சு வீணே
யோகம் பற்றிய பேச்சு வீணே,
அறிவைப் பற்றிய பேச்சும் வீணே
ஆத்மாவில் ஓய்ந்திருக்கும் எனக்கு !! 19.8

20

இறை நிலை

முகவுரை

இந்த இறுதி அத்தியாயத்தின் கட்டுமானத்திலேயே ஒரு வடிவியல் உள்ளது. ஒவ்வொரு ஸ்லோகத்திலும், அஷ்டாவக்ர முனிவர், தனது சீடன் ராஜ ரிஷி ஜனகரின் வாயிலாகத் தேர்ந்தெடுத்து நமக்கு அளிக்கின்ற சொற்றொடர்கள் ('நிரஞ்சனா, கத த்வந்த்வா, அரூபா' போன்ற சொற்கள்) ஆத்ம ஞானத்தை ஒளிரச் செய்யும்.

காலமற்ற, மாறா, பிறப்பிறப்பிலா ஆத்மா என்பது தூய உணர்வு, தூய பேரின்ப அமைதி. இது இயற்கையாகவே நம் இதயகுகைக்குள் தூய இருப்பு. ஒப்பிலா ஒருமை இது. ஆத்ம அனுபவம் என்பது அனைத்து அனுபவங்களையும் மிஞ்சியது, ஆத்மாவின் தனிமை அனைத்து உறுதிப்பாடுகள் மற்றும் மறுப்புகளுக்கு அப்பால், தளைகள் மற்றும் வீடுபேறு எனும் கருத்துக்களுக்கு அப்பாற்பட்டது. இங்கு தன்னுணர்வு எனும் தனிப்பட்ட அகங்காரமோ (ஜீவா) அல்லது இறைவன் என்பது கூட இல்லை. ஆத்மாவிற்கு இணையேதுமில்லை. எதனுடனும் தொடர்பு இல்லாத முழுமையானதே ஆத்மா என்பது இந்த இறுதி அத்தியாயத்தின் நுட்பமான கருப்பொருள்.

ஸ்லோகங்கள்

ஜனகரின் இறைநிலை

பூதங்கள் ஐந்து எங்கே, உடல் எங்கே,
பொறிபுலன்கள் எங்கே, மனம்தான் எங்கே,
வெறுமை எங்கே, நிராசை எங்கே,
மாசிலா சொரூபன் என்னுள்ளே !! 20.1

மறைகள் எங்கே மெய்யறிவு எங்கே
புலப்பொருட் பற்றிலா மனம் எங்கே
நிறைவு எங்கே, அவாவின்மை எங்கே
இருமை என்றும் கடந்த எனக்கு !! 20.2

அறிவெங்கே அல்லது அறியாமைதான் எங்கே
நானெங்கே இங்கே என்னுடைய தென்பதெங்கே
தளை எங்கே வீடெங்கே என்னியல்பின் வடிவெங்கே !! 20.3

பிராரப்த கர்மா எங்கே அல்லது ஜீவன்முக்திதான் எங்கே
விதேஹ முக்தி எங்கே என்றும் வேற்றுமையிலா எனக்கு !! 20.4

புரிபவன் எங்கே அல்லது புசிப்பவன் எங்கே
செயலின்மை எங்கே எண்ண உதயம் எங்கே
நேரடி அறிவு எங்கே அவ்வறிவின் பலன் எங்கே
எப்போதும் தனித்துவம் ஏதுமில்லா எனக்கு? 20.5

உலகம் எங்கே முக்தியிச்சையுடையோன் எங்கே

யோகி எங்கே அறிவுடையோன்தான் எங்கே
தளையுடையோன் எங்கே அல்லது முக்தன் எங்கே
இருமையிலா இயல்புடையோனான எனக்கு !! 20.6

படைப்பு எங்கே, அழிவு எங்கே
அடைவது எங்கே, கருவிதான் எங்கே
சாதகன் எங்கே, சாதனை எங்கே
இருமையிலா இயல்புடையோனான எனக்கு? 20.7

அறிபவன் எங்கே அறிவின் கருவி எங்கே
அறியும் பொருள் எங்கே அறிவுதான் எங்கே
இருக்குமொன்றெங்கே இல்லாதென்றொன்றெங்கே
என்றும் மாசிலா தூய (உணர்வான) எனக்கு!! 20.8

எங்கே சிதறல் எங்கே ஒருமிப்பு எங்கே உறுதி
எங்கே அறிவு எங்கே மருவு
எங்கே மகிழ்வு எங்கே துயர்
என்றுமே வினையிலா எனக்கு!! 20.9

நடைமுறை நிலை என்பதெங்கே
உயர்பரமநிலைதான் எங்கே
சுகம் எங்கே துக்கம் எங்கே
விமரிச எண்ணமிலா எனக்கு!! 20.10

மாயை எங்கே வாழ்க்கை எங்கே
பற்று எங்கே பற்றின்மை எங்கே
சீவன் எங்கே அந்த சிவன் எங்கே
மாசிலா தூயோன் எனக்கு!! 20.11

இல்லறம் எங்கே துறவறம் எங்கே
வீடுபேறு எங்கே கட்டு எங்கே
பிரியா மாறா என்னில் என்றும்
நிலைத்திருக்கும் எனக்கு !! 20.12

அறிவுரை எங்கே மறைகள் எங்கே
அறியும் சீடன் எங்கே ஆசான் எங்கே
அடையும் இலக்குகள்தான் எங்கே
வரையிலா சிவனான எனக்கு!! 20.13

இருப்பு எங்கே இல்லாமை எங்கே
ஒருமை எங்கே இருமை எங்கே
இன்னும் சொல்ல அவசியம் என்ன
ஒன்றும் வெளிப்படாது என்னிடமிருந்து!! 20.14